சுராவின்
பாண்டியன் பரிசு
– ஒரு மதிப்பீடு

தமிழ் செம்மல், கலைமாமணி
பேராசிரியர் டாக்டர் ந. சுப்பு ரெட்டியார்
எம்.ஏ., பிஎஸ்சி, எல்.டி, வித்துவான், பி.எச்.டி, டி.லிட்.

சுரா பதிப்பகம்
(An imprint of Sura College of Competition)
சென்னை

(A Review on `Pandian Parisu')

by **Dr. N. Subbu Reddiar**

© வெளியீட்டாளர்கள்

இந்தப் பதிப்பு : ஜூலை, 2022

அளவு : 1/8 கிரவுன்

பக்கங்கள் : 176

குறியீட்டு எண் : W 74

ISBN: 81-7478-318-0

(வெளியீட்டாளர்களின் எழுத்து மூலமான அனுமதி இன்றி இப்புத்தகத்தை மறுபதிப்புச் செய்யவோ, வேறு மொழிகளில் மொழிபெயர்க்கவோ, அச்சடிக்கவோ, போட்டோகாபி செய்யவோ கூடாது)

சுரா பதிப்பகம்

[An imprint of Sura College of Competition]

தலைமை அலுவலகம்: 1620, 'ஜே' பிளாக், 16-ஆவது பிரதான சாலை, அண்ணா நகர், சென்னை-600 040. ☎ 91-44-48629977, 42043273

பத்மாவதி ஆப்செட், சென்னை – 600 03௱2–இல் அச்சடிக்கப்பட்டு,
சுரா பதிப்பகத்திற்காக [An imprint of Sura College of Competition],
1620, 'ஜே' பிளாக், 16–ஆவது பிரதான சாலை, அண்ணா நகர், சென்னை – 600 040 இல்
திரு. வீ.வீ.கே. சுப்புராசு அவர்களால் வெளியிடப்பட்டது.
தொலைபேசி எண் : 91–44–48629977
email: enquiry@surabooks.com; suracollege@gmail.com
website: www.surabooks.com

07 22 1000

பாண்டியன் பரிசு
- ஒரு மதிப்பீடு

தமிழுக்கும் அமுதென்று பேர்! அந்தத்
தமிழ்இன்பத் தமிழ்எங்கள் உயிருக்கு நேர்

- பாவேந்தர்

டாக்டர் கலைஞர் மு. கருணாநிதி

நாடறிந்த நல்லவர்

டாக்டர் கலைஞர் **மு. கருணாநிதி** அவர்கட்கு

அன்புப் படையல்

இலகு பாண்டியர் சேரலர் சோழர்கள்
எதிரிலாப் பல்லவர் பலரும்
மலைவு கொண்டிடரப் பட்டுமுன் ஆண்டஇம்
மண்ணினை வறியவன் செய்போல்
உலகு போற்றிட ஒருதனி ஆண்டிடும்
உயர்கரு ணாநிதி யாகும்
கலைஞர் என்றொளிர் கதிரவற் கென்சிறு
கையுறை யாகும்இப் பனுவல்!

க. அன்பழகன் எம்.ஏ.,
கல்வி அமைச்சர்

தலைமைச் செயலகம்,
சென்னை - **600 009.**

நாள்: *14.11.98*

அணிந்துரை

திருப்பதி வெங்கடேசுவரா பல்கலைக்கழகத்தில் தமிழ்த்துறைத் தலைவராகப் பல ஆண்டுகள் விளங்கித் தமிழுக்கு ஆக்கந்தரும் பல பணிகளை நிறைவேற்றியும், ஆந்திர மாநில மாணவர்கட்கு நற்றமிழ் இலக்கியத் தேர்ச்சி வழங்கியும் அரும்பணியாற்றியவர் தமிழ்ச்செம்மல் முனைவர் ந. சுப்பு ரெட்டியார் அவர்கள். தமிழ் வளர்க்கும் குறிக்கோள் வெற்றிபெற தமிழ்நாட்டில் கடந்த முறை கலைஞர் முதல்வராக இருந்தபோது அவர்களை அணுகி, ஆண்டுதோறும் அப்பல்கலைக் கழகத்தின் தமிழ்ப் பேராசிரியர் இருக்கைக்காக வழங்கும் நிதியை உயர்த்திடக் கேட்டுப் பெற்றவர்.

அவர் சங்கத் தமிழிலும், திருக்குறளிலும், வைணவ சமய நூல்களிலும், சமய தத்துவ ஆராய்ச்சியிலும், கம்ப இராமாயணத்திலும் மிகுந்த ஈடுபாடுடையவர். வைணவம் தொடர்புடைய நூல்களை ஆராய்ந்தவர். தமிழுக்கு ஆக்கம் செய்யும் ஆர்வத்துடன் அறிவியல் புலம் சார்ந்த பல நூல்களையும் இயற்றிய பெருமைக்குரியவர்.

இருபதாம் நூற்றாண்டின் தமிழ் எழுச்சிக்கு வழிகண்ட தேசியக்கவி பாரதியார் கவிதைகளையும், புரட்சிக் கவிஞர் பாரதிதாசன் கவிதைகளையும் போற்றும் நெஞ்சத்தினர். மரபுக் கவிதையேயன்றி புதுக்கவிதையின் சிறப்பினையும் காலத்தின் தேவை என ஓர்ந்து வரவேற்பவர். அவரைப் பல ஆண்டுகளாக நான் அறிந்துள்ளேன். அவரது அயராத உழைப்பையும், இடைவிடாத தமிழ் ஆக்கத் தொண்டினையும் பாராட்டும் வாய்ப்பும் பெற்றுள்ளேன். அவர் சில ஆண்டுகளாகத் தெற்கு, தென்கிழக்கு ஆசிய நாடுகளின் மரபுவழிப் பண்பாட்டு நிறுவனத்தின் இயக்குநர் பொறுப்பேற்று நற்பணி ஆற்றி வருகிறார்.

புரட்சிக் கவிஞர் பாரதிதாசன் இயற்றியுள்ள 'பாண்டியன் பரிசு' என்னும் குறுங்காவியம் குறித்து ஒரு மதிப்பீடு செய்து இந்த நூலை வெளியிட்டுள்ளார். பாண்டியன் பரிசு, பல பதிப்புகள் வெளி வந்து பலரது உள்ளத்திலும் பதிந்த நூல். பலரது பாராட்டும் பெற்ற நூல். 'பாண்டியன் பரிசு' வரலாற்றுச் சாயல் கொண்டதொரு மன்னர் குடும்பக் கதை.

மன்னன் மகளொருத்தி எளிய உழைப்பாளி குடும்பத்து இளைஞன் ஒருவனின் பண்பு நலனும் வீரமும் கண்டு, அவனது தந்தை திருட்டுத் தொழில் உடையவனாக இருந்தவன் என்பதையும் பொருட்படுத்தாது அவனையே மணாளனாக ஏற்று மணிமகுடத்துக்கும் அவனை உரியவனாகக் கொண்டனள். மன்னர் குடும்ப வழக்கத்தில் இருந்து விலகிய நிலையால் ஒரு புரட்சிக் கொள்கை இதனால் அரங்கேற்றப்படுகிறது. உண்மையில் கதைத் தலைவியாக விளங்கும் அன்னம், தன் தந்தையான மன்னன் முடியைக் கவர்ந்து கொள்ளத் திட்டமிட்ட தன் தாயின் உடன்பிறப்பான மாமனே தன் தந்தையை முதுகுப்புறத்தில் ஈட்டி எறிந்து வஞ்சகமாகக் கொன்றான். உண்மை உணர்ந்து சினம் கொண்ட தன் தாயையும் வெட்டிக் கொன்றான். தன்னையும் கொல்ல முனைந்தான் என்பதையும், அந்நிலையில் தன்னைத் தூக்கிச் சென்று காத்து வளர்த்தவள் தன் தாயிடம் பணிப்பெண்ணாக வேலை பார்த்த ஆத்தாள் என்பதையும், திருட்டுத் தொழிலைக் கைவிடாமையினால் தன் மனைவி ஆத்தாளின் கண்டிப்பால் அவளைவிட்டு விலக நேரிட்டவனே தன் காதலனின் தந்தை என்பதையும் அறிந்தவளாகிய நிலையில், மன்னர் குடும்பம் என்பதில் மதிப்போ, ஏழைப்பாட்டாளி குடும்பம் என்பதில் வெறுப்போ அன்னத்திற்கு ஏற்படவே முடியாத நிலை அமைந்தது கருத வேண்டியதாகும்.

அன்னம் - மன்னன் மகளாயினும் அவள் உரிமை, 'பாண்டியன் பரிசான பேழை' கண்டுபிடிக்கப்படுவதைப் பொறுத்திருந்தது. அவள் வாழ்வோ மன்னன் மகளாக இல்லாமல், ஏழையான ஆத்தாளின் வளர்ப்பினாலேயே காக்கப்படுவதான நிலையில் அவள் மனம் அவர்களிடம் வேற்றுமை காணுதல் இயல்பன்று.

மேலும், அன்னத்துக்குரிய 'பாண்டியன் பரிசை' எவ்வகையிலேனும் கவர்ந்திடவும், அதனால் அன்னத்தின் உரிமையைப் பறித்திடவும், திட்டமிட்ட சூழ்ச்சியில் இறங்கிய அவள் மாமன், அரசைக் கைப்பற்றி முடிசூடும் தனது நோக்கத்தை நிறைவேற்றிக்கொள்ள, கைக்கொள்ளும் ஒரு தந்திரமாகத் தன் மகனுக்கே அன்னத்தை மணம் செய்யவும் தயாராக இருந்ததை அறிந்திருந்த அன்னம், 'பாண்டியன் பரிசினை' மீட்டுத்தந்த தன் காதலனின் தந்தையைக் குறித்து நன்றியுணர்வுக்கு ஆட்பட்டவளாவதன்றி மாறுபட எண்ணவும் இடமில்லாமற் போவதும் கருதலாகும்.

புரட்சிக் கவிஞரின் பகுத்தறிவுக் கொள்கை விளக்கம் செய்வதற்கு பூதம் புதையல் காக்கிறது எனக் கற்பிக்கப்பட்டதன் பொய்மை பலபல நிகழ்ச்சிகளாலும், கதைமாந்தர் வாய்மொழியாலும் விளக்கப்படுகிறது.

அப்படிப்பட்ட சுவையான சிறுகாவியத்தின் சிறப்பினை விவரிக்கப்புகும் ஆய்வாளர், புரட்சிக் கவிஞரின் குறுங்காப்பிய வடிவ படைப்புக்களைக் குறித்தும் விவரித்து அவற்றினால் உணர்த்தப்படும் கொள்கைகளையும் வரைந்துள்ளார். 'புரட்சிக்கவி' என்னும் தலைப்புடைய கவிதையில், மன்னன் மகளைக் காதலிக்கும் சூழ்நிலைக்கு ஆளான தமிழ்க்கவிஞன் உதாரன் - தனக்கும் தன் காதலிக்கும் முறையற்ற மரண தண்டனை மன்னரால் விதிக்கப்பட்டு கொலை மேடையில் நிறுத்தப்பட்டபோதும், தன் காதலிக்குற்ற தண்டனைக்கே கழிவிரக்கம் கொள்வதும், அதனினும் மேலாக, தான் தமிழ் கற்பிக்கச் சென்றவனாதலின், தன் உயிர் பறிக்கப்படுமாயின், அதனால்

"அமுதென்று சொல்லுமிந்தத் தமிழ், என்னாவி
அழிவதற்குக் காரணமாயிருந்த தென்று
சமுதாயம் நினைத்திடுமோ? ஐயகோ! என்
தாய்மொழிக்குப் பழிவந்தால் சகிப்பதுண்டோ!"

என்று கேட்பதுமாக அமைந்த அடிகள் புரட்சிக் கவிஞரின் உள்ளப் பிழிவாதல் உண்மை. இந்த உதாரனை நம் கண்முன் நிறுத்தும் கவிதையின் தலைப்பான 'புரட்சிக்கவி' என்பதே பாரதிதாசனாரின் சிறப்புப் பெயராக வழங்கலாயிற்று.

இப்படிப்பட்ட சிறுகாப்பிய நலன்களை விவரித்துள்ளதுடன், பாண்டியன் பரிசின் தலைமைக் காவிய மாந்தர்கள், துரோகியான எதிர்த்தலைவன், துணைக்காவிய மாந்தர், காவிய நடை, காவியத்தில் படிமங்கள், காவியம் உணர்த்தும் உண்மைகள் முதலான தலைப்புக்களில் நூலாசிரியர் புரட்சிக் கவிஞரின் படைப்பு நலன் விளங்க ஆய்வு செய்துள்ளார்,

புரட்சிக் கவிஞரின் தமிழ் நெஞ்சம், புலமை நலம், கொள்கை உறுதி, அஞ்சாமை, பகுத்தறிவுக் குறிக்கோள் முதலானவற்றை மதிப்பீட்டாளர் ஆங்காங்கே பாராட்டி உரைப்பாராயினும், சில நிகழ்ச்சிகளை விவரிக்கும் இடத்துத் தம் உள்ளத்தில் பதிந்த உணர்வினை வெளியிடுவதைக் காண முடிகிறது. 'எதிர்பாராத முத்தத்'தில் வரும் காதலர்கள் சந்திக்க நேருவதை "ஊழ் கூட்டுவிப்பதால்" (பக்கம்-17) சந்திக்க நேரிடுகின்றது என்பது புரட்சிக் கவிஞரின் உள்ளக்கிடக்கைக்கு ஒவ்வாது.

நரிக்கண்ணன் அன்னத்தின் வாளுக்கு இரையாகின்றான் என்பதைக் கூறுமிடத்து, அன்னையையும் அத்தனையும் கொன்றவன், அவர்தம் அன்புச் செல்வியாலே மாள நேர்வது "விதியின் ஒரு பெரு விளையாட்டு" (பக்கம்-64) என்பதும் புரட்சிக் கவிஞரின் பகுத்தறிவுக் கொள்கைக்கு உடன்பாடு ஆகாதது. புரட்சிக் கவிஞர் அமைதியான முறையினால் சமூகத்தை மாற்ற முடியாது என்னும் கருத்துடையராய்ப் புரட்சி நோக்கில் வன்முறையில் நம்பிக்கை ஊட்டுகின்றார் என்பதைக் கூறி, காந்தி வழியில் அமைதி காத்திடும் நோக்குடன் நடைபெற்ற விடுதலைப் புரட்சியை ஆசிரியர் எடுத்துக்காட்டுகின்றார். காந்தியடிகள்தான் அகிம்சைவாதியே தவிர, ஆகஸ்டு புரட்சி அம்முறையில் நடைபெற்றதல்ல என்பது வரலாறு.

மேலும் "கையாலாகாத, கவைக்குதவாத இம்முறை செயலற்றுப் போன பிறகு இறைவனின் அவதாரக் கொள்கை பிறக்கின்றது. அறம் தாழ்ந்து மறம் தலைதூக்கி நிற்கும்போது, நல்லோரைக் காப்பதற்கும் அல்லோரை அழிப்பதற்கும் நான் யுகந்தொறும் அவதரிக்கிறேன் என்பது கீதை வாக்கியம்" (பக்கம்-74) என்று ஆசிரியர் உரைத்திருப்பது அவரது உள்ளத்து

உணர்வின் வெளிப்பாடு. உலகில் தோன்றிய அவதாரங்களும், வன்முறை கொண்ட கொலைமிகும் போர்களையோ, போரில் வஞ்சனை செய்து எதிரியை வீழ்த்துவதையோ கைவிடவில்லை என்பதற்குக் குருட்சேத்திரப் போரே சான்று. இறையினாலேயே யுகந்தொறும் மறம் தலைதூக்குவதைத் தடுக்க இயலவில்லை என்பதுடன், அதனால் அவ்வப்போது அவதாரம் எடுப்பதாகவும் கூறும் அந்த வாக்கியம் 'இறைக்குப்' பெருமை சேர்ப்பதல்ல என்பதும் குறிப்பிட வேண்டியதாகும்.

'பகவத் கீதை'யில் அறத்திற்கு மாறான கருத்துகள் பல இடம் பெற்றிருப்பதைப் புரட்சிக் கவிஞர் எடுத்துக் கூறியவர். அவரது நூல் குறித்த ஆய்விலாவது இத்தகைய மேற்கொள் தவிர்க்கப்பட வேண்டும் என்பது என் விழைவாகும்.

நூலாசிரியர் பேராசிரியர் சுப்பு ரெட்டியார் அவர்கள், பரந்த நோக்குடையவர். அவரது மதப்பற்று அகவுணர்வாக அமைவது அன்றிப் புறப்பொலிவாக ஆவதில்லை என்பதை அறிந்தவனாதலின், இப்படிப்பட்ட கருத்தை வலியுறுத்தும் நோக்கத்தில் இது இடம்பெறவில்லை என்றே நான் கருதுகிறேன்.

எனினும் வீழ்ச்சியுற்ற தமிழர்தம் நிலையை மாற்றிடும் உள்ளத்தவராதலின் தமிழர்கட்குப் பெருமை சேர்க்கும் வகையான இலக்கிய மேற்கோள்களையே புரட்சிக் கவிஞர் போன்றாரின் நூல் மதிப்பீட்டில் அவர் எடுத்தாள்வது சிறப்பாகும். இந்த ஆய்வு நூலை வழங்கியுள்ள பேராசிரியரின் ஆர்வமும், தொண்டும் தமிழுக்கு எந்நாளும் கிடைத்திட எனது வாழ்த்துக்கள்!

க. அன்பழகன்

நூல் முகம்

எனக்கு வேண்டும் வசங்களை
இசைப்பேன் கேளாய் கணபதி!
மனத்திற் சலனம் இல்லாமல்
மதியில் இருளே இல்லாமல்
நினைக்கும் பொழுது நின்மவுன
நிலைவந் திடச் செயல்வேண்டும்
கனக்கும் செல்வம் நூறுவயது:
இவையும் தரநீ கடவாயே[1].

- பாரதியார்

பாரதியார் நூற்றாண்டு விழா நாடெங்கும் கொண்டாடப் பெற்றது. அதன் நினைவாகப் பாரதியார் பற்றி நான்கு நூல்களை எழுதி வெளியிட்டு அந்த விழாவைச் சிறிய அளவில் கொண்டாடிச் சிறப்பித்தேன். குருவிக்குத் தகுந்த இராமேசுவரம் தானே அல்லவா? பாரதிதாசன் நூற்றாண்டு விழாவில் அதனைச் சிறப்பிக்கும் வழியில் மூன்று நூல்கள் எழுதினேன். அவற்றில் 'பாவேந்தர் பாரதிதாசன் - ஒரு கண்ணோட்டம்' என்ற ஒன்றுதான் வெளிவந்தது (1991). ஏனைய இரண்டையும் ஒரு வெளியீட்டாளர் ஆறு ஆண்டுகள் வைத்திருந்துவிட்டு இயலாமையை வருத்தத்துடன் தெரிவித்து கைப்படிகளைத் திருப்பித் தந்துவிட்டார்.

அடியேன் ஒரு வைணவ மாநாட்டில் கலந்து கொண்டு திரும்பும்போது எம்பெருமான் ஏழுமலையான் திருவருளால் திரு. வீ.வீ.கே. சுப்புராசு அவர்களின் (சுரா வெளியீடுகள்) நட்புக் கிடைத்தது. 'இறகு முளைக்காமல் கிடந்த' இந்த இரண்டு நூல்களையும் வெளியிட மனமுவந்து ஒப்புக் கொண்டார். வெளியிடப் பெறாதிருந்த 'பாண்டியன் பரிசு - ஒரு மதிப்பீடு', 'பாவேந்தர் பாட்டுத்திறன்' என்ற இரண்டின் படிகளையும் பெற்று அடைகாத்தார். இரண்டும் இறகு முளைத்து ஒன்றன் பின் ஒன்றாக வெளிவருகின்றன. வெளியிட்ட இப்பெருமகனாருக்கு என் மனங்கனிந்த நன்றி.

---

1. பா.க: தோ.பா: விநாயகர் நான்மணி மாலை - செய். 7.

பேராசிரியர் க. அன்பழகனார் அண்ணாமலைப் பல்கலைக் கழகத்தில் பயின்ற நாள் முதல் நான் நன்கு அறிவேன். துறையூர் உயர்நிலைப் பள்ளியில் தலைமையாசிரியனாகப் பணியாற்றிய காலம் (1941-1950) அது. 'மாணவப் பருவம் முதல் இன்றுவரை பாவேந்தர் படைப்புகளில் மிக்க ஈடுபாடு கொண்டவர்' என்பதை நான் நன்கு அறிவேன். ஆழ்ந்த தமிழ்ப் பற்றுடன் தமிழ்ப் பாசறை சென்னைப் பச்சையப்பன் கல்லூரியில் சில ஆண்டுகள் தமிழ்ப் பேராசிரியராகப் பணிபுரிந்து, வள்ளுவர்வழி நின்று, அரசியலுக்கு வந்தவர். இன்றும் மனச்சான்றுக்கு இடம் அளித்து கலைஞருடன் இணைந்து பணியாற்றுபவர். அவர்தம் வாழ்விலும், தாழ்விலும் இணை பிரியாதிருப்பவர். அவர் கல்லூரியில் பயின்ற நாள் முதல் நாளிதுவரை என்பால் அன்பு கொண்டிருப்பவர். என்னுடைய தமிழ்ப் பணியைத் தொடர்ந்து மதிப்பிட்டு வருபவர். இத்தகைய நல்லுள்ளம் கொண்ட பேராசிரியர், இந்த நூலுக்கு அணிந்துரை நல்கிச் சிறப்பித்தமை இந்நூலின் பேறு; என்னுடைய பேறுங்கூட, இந்த உழுவலன்பருக்கு என் உளங்கலந்த நன்றி என்றும் உரியது.

டாக்டர் கலைஞர் கருணாநிதியை அவர் குழித்தலைத் தொகுதியில் (திருச்சி மாவட்டம்) சட்டமன்ற வேட்பாளராக நின்று வெற்றி பெற்ற காலம் முதல் (அவர் என்னை அறியாவிட்டாலும்) நான் அறிவேன். என்னுடைய உயர்நிலைப்பள்ளி மாணாக்கர்களில் பலர் அவர்தம் விசிறிகள். சிலர் அவர்தம் படத்தை சில குறிப்புகளுடன் **இளைஞர் அறிவுச்சுடர்** என்ற பள்ளி ஆண்டு மலரில் வெளியிட்டு மகிழ்ந்தனர். பள்ளித் தலைமையாசிரியனாக இருந்த அன்றுமுதல் இன்றுவரை அவர்தம் அரசியல் பணியைக் கணித்து வருபவன். கல்லூரி எல்லையை மிதியாது தமிழ் எல்லையைக் கண்டு கொண்டவர். அவர்தம் அரசியல் அஞ்ஞாதவாச காலத்தில் சங்க இலக்கியம், திருக்குறள் இவைபற்றிய அவர்தம் படைப்புகளும், பின்னர் எழுதிவரும் கவிதைத் துணுக்குகளும் கட்டுரைகளும், அவர்தம் தமிழிப்பற்றையும், தமிழ்ப் புலமையையும் பறைசாற்றும். திருப்பதிப் பல்கலைக் கழகத்தில் இவர் ஆட்சிக் காலத்தில்தான் (அ; டியேனின் இடையறாத ஒன்பதாண்டு முயற்சியால்) பட்டப் படிப்புவரை இருந்த தமிழ்த்துறை முதுகலை ஆய்வு நிலை (எம்.ஃபில், பிஎச்.டி வரை) ஆகிய வசதிகளுடன் வளர்ந்தது. தமிழுக்காக வாரி வழங்குவதில் இவருக்கு நிகர் இவரே.

அண்மைக் காலத்தில், தமிழ் வளர்ச்சிக்காகக் **'குறள் பீடம்'** நிறுவியமை இவர்தம் தமிழ்பணியின் இமயக்கொடுமுடி. இத்தகைய தமிழுள்ளம் கொண்ட தமிழினத் தலைவர்பால் அடியேன் கொண்டிருக்கும் மதிப்புக்கும் மரியாதைக்கும் அறிகுறியாக இந்நூலை அவருக்கு அன்புப் படையலாக்கி மகிழ்கின்றேன்; பெருமிதமும் கொள்கின்றேன்.

என் வாழ்வுக்கும் தாழ்வுக்கும் காரணமாக இருப்பவன் ஏழுமலையான். நல்லது நேரும்போது, மகிழ்ச்சி மயக்கத்தில் தள்ளப் பெறாமலும் அல்லது நேருங்கால் தொல்லையுள்சிக்கி மனம் வருந்தாமலும் உள்ள மனநிலையைத் தந்து வாழ்விப்பவன். பல்லோர் உதவியும் இணக்கமும் பெறுவதற்கும் இவனே காரணன் - 'கருமமும் கரும பலனும் ஆகிய காரணன்' (திருவாய் 35 : 10) என்பது நம்மாழ்வாரின் திருவாய்மொழியன்றோ ? இத்தகைய பெருமானை வாழ்த்தி வணங்கிச் சரணம் அடைகின்றேன்.

> நோற்றேன் பல்பிறவி நுன்னைக்
> காண்பதோர் ஆசையினால்
> ஏற்றேன் இப்பிறப்பே இடர்உற்
> றனன்எம் பெருமான்
> கோல்தேன் பாய்ந்து ஒழுகும்
> குளிர் சோலைசூழ் வேங்கடவா!
> ஆற்றேன் வந்தடைந் தேன்அடியேனை
> ஆட்கொண்டு அருளே[2].

- திருமங்கையாழ்வார்

- ந. சுப்பு ரெட்டியார்

'வேங்கடம்'
ஏ.டி. 13, அண்ணாநகர்,
சென்னை - 600 040.

---

2. பெரி - திரு. 1.9 : 8

பிறப்பு : 27-08-1916

இந்நூலாசிரியரைப்பற்றி . . .

86 அகவையைக் கடந்த நிலையிலுள்ள இந்நூலாசிரியர் எம்.ஏ., பி.எஸ்சி., எல்.டி., வித்துவான், பிஎச்.டி. பட்டங்கள் பெற்றவர்.

ஒன்பதாண்டுகள் துறையூர் உயர்நிலைப் பள்ளி நிறுவனர் தலைமையாசிரியராகவும் (1941-50), காரைக்குடி அழகப்பா ஆசிரியர் பயிற்சிக்கல்லூரியில் தமிழ்ப்பேராசிரியர் - துறைத் தலைவராகவும் (1950-60), பதினேழு ஆண்டுகள் திருவேங்கடவன் பல்கலைக் கழகத்தில் நிறுவனர் பேராசிரியர் - துறைத்தலைவராகவும் (1960-77) பணியாற்றி ஓய்வு பெற்றவர்.

1978 சனவரி 14இல் சென்னையில் குடியேறிப் பதினைந்து மாதங்கள் (1978 பிப்பிரவரி - ஜூன் 1979) தமிழ்க் கலைக்களஞ்சியத்தின் முதன்மைப் பதிப்பாசிரியராகப் பணியாற்றியவர். திருப்பதி திருவேங்கடவன் பல்கலைக் கழகத்தின் தமிழ்த் துறையில் மூன்று மாதங்கள் மதிப்பியல் பேராசிரியராகவும் 1989 மே முதல் 1990 அக்டோபர் முடிய 18 திங்கள் தஞ்சைத் தமிழ்ப் பல்கலைக் கழகம் - காஞ்சித் தத்துவ மையத்தில் தகைஞராகவும் பணியாற்றி 1200 பக்கத்தில் **'வைணவச் செல்வம்'** என்ற ஒரு பெரிய ஆய்வு நூலை உருவாக்கி வழங்கியவர். முதற்பகுதி 1995இல் 575 பக்கத்தில் வெளி வந்துள்ளது. இரண்டாவது பகுதி அச்சேறும் நிலையில் உள்ளது. (த.ப.க. வெளியீடு) 1996-பிப்பிரவரி முதல் சென்னைப் பல்கலைக் கழகத் தெற்கு,

தென்கிழக்கு ஆசிய நாடுகளின் மரபுவழிப் பண்பாட்டு நிறுவனத்தில் மதிப்பியல் இயக்குநராகவும் பணியாற்றுபவர். சென்னைப் பல்கலைக் கழகத் தமிழ் இலக்கியத்துறையில் மதிப்பியல் பேராசிரியராக (வாழ்நாள் வரை)வும் இருந்து வருபவர். ஆய்வு மாணவர்கட்கு வழிகாட்டியாகவும் இருப்பவர்.

நாலாயிரத் திவ்வியப் பிரபந்தத்தில் நம்மாழ்வார் தத்துவத்தை ஆய்ந்து டாக்டர் (பிஎச்.டி) பட்டம் பெற்றவர். அந்த ஆய்வு நூல் ஆங்கிலத்தில் 940 பக்கங்களில் திருவேங்கடவன் பல்கலைக் கழக வெளியீடாய் வெளிவந்துள்ளது. எம்.ஃபில்., பிஎச்.டி. மாணாக்கர்களை உருவாக்கியவர். தமிழிலும், ஆங்கிலத்திலும் பல ஆய்வுக் கட்டுரைகளை வெளியிட்டவர். பெரும்பாலும் இவை நூல் வடிவம் பெற்றுள்ளன. பெற்றும் வருகின்றன. தவிர, ஆசிரியம், கல்வி உளவியல் (5), இலக்கியம் (22), சமயம், தத்துவம் (35), வாழ்க்கை வரலாறு, தன் - வரலாறு (13), திறனாய்வு (21), அறிவியல் (20), ஆராய்ச்சி (6) ஆக 122 நூல்களை வெளியிட்டவர்.

இவர்தம் அறிவியல் நூல்களுள் மூன்றும், சமய நூல்களுள் நான்கும் தமிழக அரசுப் பரிசுகளையும், அறிவியல் நூல்களுள் ஒன்று சென்னைப் பல்கலைக் கழகப் பரிசினையும், அறிவியல் நூல்களுள் ஒன்று தமிழ் வளர்ச்சிக் கழகப் பரிசினையும் ஆக 9 நூல்கள் பரிசுகள் பெற்றன.

இவர்தம் அறிவியல் நூல்களைப் பாராட்டிக் குன்றக்குடி திருவண்ணாமலை ஆதீனம் 'அருங்கலைக்கோன்' என்ற விருதினையும் (1968), வைணவ நூல்களைப் பாராட்டிப் பண்ணுருட்டி வைணவ மாநாடு 'ஸ்ரீசடகோபன் பொன்னடி' என்ற விருதினையும் (1987), தமிழ்ப்பணியைப் பாராட்டித் தமிழக அரசு 'திரு.வி.க.' விருதினையும் (10,000 வெண்பொற்காசுகள் - 1987), இவர்தம் தமிழ்ப்பணியைப் பாராட்டி மதுரை காமராசர் பல்கலைக் கழகம் 'தமிழ்ப் பேரவைச் செம்மல்' என்ற விருதினையும் (1991), இராஜா சர் அண்ணாமலைச் செட்டியார் அறக்கட்டளை கல்வி, இலக்கியம், அறிவியல் என்ற மூன்று துறைகளில் இவர்தம் பணியைப் பாராட்டி 'இராஜா சர் முத்தையவேள்' விருதினையும் (50,000 வெண் பொற்காசுகள் - 1994), இவர்தம் கம்பன் பணியைப் பாராட்டிச் சென்னைக் கம்பன் கழகம் 'பேராசிரியர் இராதாகிருஷ்ணன்' விருதினையும் (1994 - 1000 வெண்பொற்காசுகள்), சென்னை ஆழ்வார்கள் ஆய்வு மையம் இவர்தம்

வைணவ வெளியீடுகளைச் சிறப்பிக்கும் முறையில் 'ஸ்ரீ இராமாநுஜர் விருதை'யும் (1996 - 25,000 வெண் பொற்காசுகளையும்) வழங்கிச் சிறப்பித்துள்ளன.

அண்மையில் இவர்தம் இயற்றமிழ்ப் பணியைப் பாராட்டித் தமிழ் இயல் இசை நாடக மன்றம் (அரசு) '**கலைமாமணி**' என்ற விருதினையும் (1999 - 3 சவரன் தங்கப் பதக்கம்), இவர்தம் தமிழ்ப் பணியைப் பாராட்டிச் சென்னை கோயம்பேடு மனிதநேய வைணவ இயக்கம் 'வைணவ இலக்கிய மாமணி' என்ற விருதினையும், (2001), மதுரை காமராசர் பல்கலைக்கழகம் 'டி.லிட்' (கண்ணியம்) என்ற பட்டத்தையும் (1999), காஞ்சி காமகோடி பீட அறக்கட்டளை 'சேவாரத்னா' விருதினையும், (1000 வெண்பொற்காசுகள் - 1999) இவர்தம் வைணவப் பணியைப் பாராட்டி வழங்கிச் சிறப்பித்துள்ளன. இவர்தம் வாழ்நாள் தமிழ்ப் பணியைப் பாராட்டி 'தினத்தந்தி சி.பா. ஆதித்தனார் விருது' (2001 - ஓர் இலட்சம் வெண் பொற்காசுகள்) வழங்கிச் சிறப்பித்தது.

இனிமை, எளிமை, தெளிவு இவர்தம் நூல்களின் தனிச் சிறப்பியல்புகள் ஆகும்.

உள்ளுறை

இயல்		பக்கம்
	அன்புப் படையல்	v
	பேராசிரியர் டாக்டர் க. அன்பழகனாரின் அணிந்துரை	vi
	நூல் முகம்	xi
	இந்நூலாசிரியரைப்பற்றி …	xiv
	உள்ளுறை	xvii
1.	பாண்டியன் பரிசு வரலாறு	1
2.	பாவேந்தரின் காவியங்கள்	7
3.	கதைக்கரு	29
4.	தலைமைக் காவிய மாந்தர்கள்	39
5.	எதிர்த்தலைவன்	55
6.	துணைக் காவிய மாந்தர்கள்	65
7.	பூதம் பற்றிய கூத்துகள்	96
8.	காவிய நடை	106
9.	காவியத்தில் படிமங்கள்	126
10.	காவியம் உணர்த்தும் உண்மைகள்	138
	பின்னிணைப்பு - 1	149
	பின்னிணைப்பு - 2	150
	பேராசிரியர் டாக்டர் நா. சுப்பு ரெட்டியாரின் நூல்கள்	155

இயல் - 1

பாண்டியன் பரிசு வரலாறு

"*சிலம்பை*" அடிப்படையாகக் கொண்டு எழுந்தது சிலப்பதிகாரம். அந்தக் காலம் முடியரசுக் காலம். குடிமகன் ஒருவனின் கதையைக் காப்பியமாக வார்த்தார் இளங்கோ அடிகள். முடியாட்சி நடைபெற்ற காலத்தில் குடிமகன் ஒருவனின் கதையை அரசகுடும்பத்தைச் சார்ந்த ஒருவர் காவியமாக்கியது ஒரு புரட்சி. சிலப்பதிகாரம் ஒரு புரட்சிக் காப்பியமாகின்றது.

"பாண்டியன் பரிசு" என்ற சிறுகாவியம் "பாண்டியன் பரிசு" என்ற ஆட்சி உரிமையைக் கொண்ட பேழையை அடிப்படையாகக் கொண்டு எழுந்தது. நாம் வாழுங் காலம் குடியரசுக் காலம். அரச குடும்பத்துக் கதையைச் சாதாரண மக்கள் குடும்பத்தைச் சார்ந்த கவிஞர் ஒருவர் காவியமாக வார்க்கின்றார். அரச குடும்பத்தைச் சார்ந்த நங்கையொருத்தியைச் சாதாரண மக்கள் குடும்பத்தைச் சார்ந்த ஒருவன் - அதுவும் திருடர் தலைவனின் மகன் - மணக்கச் செய்து கற்பனைக் கதையில் புரட்சியை உருவாக்கி - காவியத்தைப் படைப்பதால், குடியாட்சிக் காலத்தில் முடியாட்சிக்கதையாவதிலும் ஒரு புரட்சி; அக்கதையைக் காவியமாக்குவதிலும் ஒரு புரட்சி. ஆகவே "பாண்டியன் பரிசும்" ஒரு புரட்சிக் காவியமாக அமைகின்றது.

"பாண்டியன் பரிசு" பற்றிய வரலாற்றைக் காண்போம்.

**பாழடைந்த இருள்வீட்டில் விளக்கு, வானப்
பனிப்புகையில் எழுந்தகதிர், அன்னம் என்பாள்!
வாழ ஒரு பாண்டியனார் பரிசு வேண்டி
வாடுகின்றாள் நாள்பலவும் வறிதேயாக**[1]

என்பது வேழ மன்னனின் பேச்சு. கதிர்நாட்டு அரசன் மகள் அன்னம் அடைய இருக்கும் எதிர்கால வாழ்வும் ஆட்சியும் திருமணமும்

---
1. இயல் 59 : 1 - பக். 111

பேழையுள் அடங்கியுள்ள ஆவணத்தில் அமைந்திருப்பதாக அறியக் கிடக்கின்றது.

கதிர்நாட்டை நரிக்கண்ணன் ஆளும் ஆட்சி கடுகளவும் சரியாக இராதென்றும், ஆகவே அதனைப் பொது நாட்டம் உடைய ஒருவன் பொறுப்பில் வைக்கவேண்டும் என்ற கருத்தை அமைச்சன் வேழமன்னனுக்கு யோசனை கூற, மன்னன் அன்னத்தின் கருத்தை வினவ அவள் கூறுவாள்;

பழநாளிற் பாண்டியனின் படைந டத்திப்
பகைகொண்ட சோழனையும் வெற்றி கொண்ட
அழல்வேலான் என்னருமை மூதா தைக்கே
அளித்தான்ஓர் பேழையினைப் பரிசாய்! அந்த
எழிலான பேழையிலே ஞாலம் மெச்சும்
இழை, ஆடை வாள்பலவும் இருக்கும்; மேலும்
அழகான கதிர்நாட்டின் வரலா றெல்லாம்
அப்பேழை சொல்லிவிடும்[2]

என்று. மேலும் அந்தப் பேழை மாறாமல் அதனைப் பெற்றுத் தரவேண்டும் என்றும் அரசனை வேண்டுகின்றாள். இன்னும் அந்தப் பேழையின் அடையாளத்தையும் அஃது இருக்கும் இடத்தையும் சுட்டி உரைக்கின்றாள் இளவஞ்சி அன்னம்.

....

என் பேழை மன்னவரின் வாளின் நீளம்!
உள்அகலம் மூன்றுசாண்! உயரம் நாற்சாண்;
ஒளிதிகழும் கிளிச்சிறைப்பொன் தகடு தன்னால்
வெளிப்புறமும், பொதிகைமலை சந்த னத்தின்
வெண்பலகை உட்புறமும் காணும் மேலே
உளிஅழுந்தும் எழுத்தாலே உள்ளி ருக்கும்
உயர் பொருள்கள் அத்தனைக்கும் பெயர்கள் காணும்
வாள், நகைகள் ஆடைவகை முழுநீ ளத்தில்
வைத்திடுபொற் பட்டயம்பே ழைக்கு ளுண்டு!

2. இயல் 31 : 2 - பக். 54

"காணுகநீர் என்றுரைத்துத் தான ணிந்த
கழுத்தணியைக் கழற்றியதில் அமைத்தி ருந்த
ஆணிப்பொன் பேழையதன் அடையா ளத்தை
அரசருக்கும் படையாட்சி தனக்கும் காட்டிச்
சேணுயர்ந்த அரண்மனைக்குள் ஆடற் கட்டின்
தென்அறையில் அப்பேழை இருக்கும்" என்றாள்.[3]

அரசன் ஆணைப்படி 'ஆளி' என்னும் படைத்தலைவனும் அவன்கீழ் பல வீரரும் தேடுகின்றனர் அரண்மனைக்குள். "ஆத்தாளும் உருமாற்றிக் கொண்டு தக்க படையோடு தேடுகின்றாள்." கணக்காயன் முதலியோரும் இத்தேடலில் பங்கு கொள்கின்றனர். ஆளி "பேழை கிடைக்கவில்லை" என்று கைவிரிக்கின்றான். எல்லோரும் வருந்துகின்றனர்.

நாட்டின் உண்மை நிலையை அறிந்த வேழ மன்னன் நரிக் கண்ணனைச் சீறுகின்றான். கதிர்நாட்டு மன்னனைப் பின்னிழுத்து கொல்லல், தங்கையென்றும் பாராது அரசமாதேவியைக் கொலை புரிதல் போன்ற அடாதசெயல்களைச் செய்ததற்கும் கடிகின்றான். அன்னத்தையும் ஆத்தாளையும் தீர்த்துக் கட்ட அவர்களைத் தேடியதும், பாண்டியனார் பரிசைக் களவாடியதும் அவனே என்றும் குற்றப் பத்திரிக்கை வாசிக்கின்றான். உடனே நரிக்கண்ணன் அரசன் காலில் நெடுஞ்சாணாக வீழ்ந்து தான் எக்கொலையும் செய்ததில்லை என்றும், பாண்டியன் பரிசுபற்றித் தனக்கு யாதொன்றும் தெரியாதென்றும் நீலிக்கண்ணீர் வடித்து, வேறொரு கருத்தைக் கூறி அரசனைத் திசை திருப்புகின்றான். அன்னம் முறை மாப்பிள்ளையாகிய தன்மகனை மணந்து கொண்டு கதிர்நாட்டை ஆளட்டும் என்று கொஞ்சும் பாவனையில் கெஞ்சவே, "எவரெதனைச் சொன்னாலும் "ஆம், ஆம்" என்றே இயம்புகின்ற இயல்புடைய வேழமன்னன்" இதனையும் நல்ல முடிவு என ஒப்பி அன்னத்தின் கருத்தை வினவ, அவளும்,

3. இயல் 33 : 1, 2 - பக். 56

ஒருத்தன்எனை மணப்பதெனில் அன்னோன், என்றன்
உயர்பேழை தனைத்தேடித் தருதல் வேண்டும்[4]

என்ற நிபந்தனையைப் போடுகின்றாள். தொடர்ந்து,

முன்பாண்டி வையத்தில் முறைந டாத்தி
முத்தாண்டான் எனும்பெயரை நிலைநி றுத்தும்
தென்பாண்டி நாட்டான்பால் என்மூ தாதை
சிறைச்சோழ னைவென்று, பெற்ற தான
என்பாண்டி யன்பரிசை எனக்க ளிப்போன்
எவனெனினும் அவனுக்கே உரியோள் ஆவேன்[5]

என்று கூறிய அன்னத்தின் வாக்கு இதனைத் திசை திருப்புகின்றது. அன்னத்தின் மூதாதையரில் ஒருவன் முத்தாண்டான் என்ற தென் பாண்டிநாட்டு அரசனுக்காகச் சோழமன்னனை வென்றதற்குப் பரிசாக கதிர்நாடு பட்டயமாக (ஆவணமாக) வழங்கப்பெற்றது என்றும் அதனை அடிப்படையாகக் கொண்டுதான் கதிரைவேல் (அன்னத்தின் தந்தை) கதிர்நாட்டை ஆட்சி புரிந்து வந்தான் என்றும் கூறிய அன்னந்தின் பேச்சு உறுதிப்படுத்துகின்றது. வேழ நாட்டரசனும் இதனை ஒப்புக் கொள்ளுகின்றான்.

களவு போன பாண்டியன் பரிசு அடங்கிய பேழையைத் தேடுமாறு கதிர்நாட்டின் தெருக்கள்தோறும் முரசறைந்து அறிவிக்கப் பெறுகின்றது.

"அன்னம் என்னும்
கதிரைவேல் மன்னன்மகள் இழந்து போன
கவின்பாண்டி யன்பரிசைத் தேடித் தந்தால்
அதுபோதே அவனையோ அவள்கு றிக்கும்
ஆளனையே அவள்ம ணப்பாள்! தேடு வோர்க்கும்
எதிர்ப்பில்லை; எவராலும் இடரும் இல்லை
இதுவேழ மன்னவனார் ஆணை"[6]

என்பது முரசறிவிப்பு.

---

4. இயல் 40 : 2 - பக். 67
5. இயல் 41 : 1 - பக். 68
6. இயல் 43 : 1 - பக். 72

இச்செய்தியைச் செவிமடுத்தவர் அனைவரும் ஆலமரத்தடியிலும், தோப்பினுள்ளும், கிணற்றினுள்ளும் இன்னும் கண்ட கண்ட இடங்களிலும் பரிசினைத் தேடி அலைகின்றனர். தென் மலைக்குள் இருக்கும் கள்ளர் அதனைக் கைப்பற்றியிருக்கக் கூடுமென்றும் கருதுகின்றனர். ஆனால் அங்குப் போக அஞ்சுகின்றனர். ஆயினும் அங்குச் சென்று யாரும் பேழையினை அடையாதிருக்க நரிக்கண்ணன் பூதத்திட்டத்திற்கு வழி வகுக்கின்றான் அமைச்சனிடம்,

> ஆம்! இதற்கோர் சூழ்ச்சியினை நானு ரைப்பேன்.
> அம்மலையில் இப்போதே பூதம் ஒன்றை
> நாம்அனுப்பி அஞ்சும்வகை செய்யச் சொல்லி
> நாடெல்லாம் அந்நிலையைப் பரப்ப வேண்டும்.
> போம்மக்கள் போவதற்கு நடுங்கு வார்கள்
> போய்த்தேடு வாரெல்லாம் நாமே யாவோம்
> நீமாறு பேசாமல் இதனைச் செய்க
> நெடும்பேழை கிட்டும்[7]

என்று கூறுகின்றான். பாண்டியன் பரிசு மக்கள் கையில் கிடைத்து விட்டால் தனக்கு அரச வாழ்வு நிலைபெறாது என்று எண்ணிய நரிக்கண்ணன் இவ்வாறு வஞ்சகச் செயலில் ஈடுபடுகின்றான்.

நரிக்கண்ணன் எதிர்பார்த்தவாறே பூதச் சதி பேருருக்கொண்டு மக்களுக்கு அச்சத்தை விளைவிக்கின்றது. பரிசினைத் தேடும் மக்கள் நாலாபக்கமும் சிதறியோடுகின்றனர். இலக்கின்றிக் கவலை மாடுகள் போல் கால்கடுக்க நகரைச் சுற்றிச் சுற்றி வருகின்றனர். நரிக்கண்ணன் பரப்பிய பூதச் சூழ்ச்சியை எதிர்க்கும் துணிவின்றி மக்கள் கோழைகளாகத் திரிகின்றனர்; அஞ்சி அஞ்சிச் சாகின்றனர். நெஞ்சில் உரமுமின்றி நேர்மைத் திறமுமின்றி மானத்தைச் சிறிதாக மதித்து வாழ்வு பெரிதென்றெண்ணியிருக்கும் பரிதாப நிலையைக் கவிஞர் அற்புதமாகப் புலப்படுத்தி விடுகின்றார்.

---

7. இயல் 47 : 6 - பக். 83

தொன்மைஎனும் உச்சியிலே அறிவால் வாழ்ந்த
பொன்னகத்தில் தமிழகத்தில் தாய கத்தில்
பூதம்எனும் சொல்நுழைதல் புதுமை[8]

என்று நீலனின் வாய்மொழியாகப் பேசி உள்ளம் குமுறுகின்றார்.

தாழ்வுற்ற கதிர்நாட்டின் வீரவுணர்வு புத்துயிர் பெறத் தொடங்குகின்றது. ஞானக் கதிரவன்போல் திகழும் கணக்காயரிடம் கலைபயின்ற, வீரப்பன் - ஆத்தாள் பெற்றெடுத்த, வேலன் எழுஞாயிறு போல் - உதயசூரியன் போல் - கிளர்ந்தெழுகின்றான். நரிக்கண்ணனின் வெளிப்பகை, பாண்டியன் பரிசை அடைய அவன் தொடர்ந்து செய்துவரும் தில்லுமுல்லுகள், பூதச் சூழ்ச்சி, இவற்றையும் உட்பகைகளாகத் தோன்றிச் செயற்படும். நீலனின் அருஞ்சூழ்ச்சிகள், அடுத்துக் கெடுக்கும் செயல்கள் ஆகியவற்றையெல்லாம் ஏற்ற வகைகளில் வென்று பாண்டியன் பரிசினைப் பெற்றுத் தருகின்றான். அன்னத்திற்கும் வேலனுக்கும் பலரும் விரும்பியவாறு திருமணம் நடைபெறுகின்றது. கதிர்நாட்டு ஆட்சிப் பொறுப்பும் அவர்களை வந்தடைகின்றது.

தொடக்கம் முதல் இறுதி வரையிலும் "பாண்டியன் பரிசு" நிலைக்களனாக அமைந்து காவிய நிகழ்ச்சிகள் தொடர்பு படுத்தப் பெற்று காவியம் நடைபெறுவதால் இக்காவியம் "பாண்டியன் பரிசு" என்று கவிஞரால் பெயர் சூட்டப் பெற்றிருப்பது சாலப் பொருத்தமாகின்றது. இந்த உருவகப் பெயரும் சிறப்புப் பெற்றுத் திகழ்கின்றது. சிலம்பு காரணமாக எழுந்த நிகழ்ச்சிகள் சிலப்பதிகாரமாகவே உருப்பெற்றுப் பெயர் சூட்டப் பெற்ற வரலாற்றையும் ஈண்டு நினைவு கூரச் செய்கின்றது.

8. இயல் 57 : 16 - பக். 107

இயல் - 2

பாவேந்தரின் காவியங்கள்

"எளிய பதங்கள், எளிய நடை, எளிதில் அறிந்து கொள்ளக்கூடிய சந்தம், பொது மக்கள் விரும்பும் மெட்டு இவற்றினையுடைய காவியம் ஒன்று தற்காலத்தில் செய்து தருவோன் நமது தாய்மொழிக்குப் புதிய உயிர் தருவோனாகின்றான். ஓரிரண்டு ஆண்டு நூற்பழக்கமுள்ள தமிழ் மக்கள் எல்லோருக்கும் நன்கு பொருள் விளங்கும்படி எழுதுவதுடன், காவியத்துக்குள்ள நயங்கள் குறைவுபடாமல் நடத்துதல் வேண்டும்" - இவ்வாறு பாரதியார் தாம் படைத்த பாஞ்சாலி சபதத்தின் நூன்முகத்தில் எழுதுகின்றார். 'பாஞ்சாலி சபதமும்' அவர்தம் நோக்கத்தை நூற்றுக்கு நூறு விழுக்காடு நிறைவேற்றுவதாக அமைகின்றது.

தம் குருநாதரின் கருத்தையொட்டியே அவர் தாசரான பாவேந்தரும் தமது "பாண்டியன் பரிசு" என்ற சிறு காவியத்தின் 'நூல் முகத்தில்' "முதலில் உரைநடையால் இக்கதையை ஆக்கினேன்; மிகப் பெருஞ்சுவடியாதல் கூடும் எனத் தோன்றவே, ஏறக்குறைய நானூறு எண்சீர் விருத்தங்களால் எழுதி முடித்தேன். தொடக்கப் படிப்பினரும் புரிந்து கொண்டார்கள் இச்செய்யுட்களின் பொருளை எனின் - அதுதான் எனக்கு மகிழ்ச்சியூட்டுவது! எளிய நடை "ஒன்றாலேயே" தமிழின் மேன்மையைத் தமிழின் பயனைத் தமிழர்க்கு ஆக்கமுடியும் என்பது என் அசைக்க முடியாத நம்பிக்கை" என்று எழுதுகின்றார். இந்த நோக்கம் முழுமையாக நிறைவேறும் போக்கில்தான் இவர் இயற்றிய காவியங்கள் அமைகின்றன. இவர்தம் காவியப் படைப்புகள்: (1) சஞ்சீவி பர்வதத்தின் சாரல் (2) புரட்சிக் கவி (3) எதிர்பாராத முத்தம் (4) தமிழச்சியின் கத்தி (5) குறிஞ்சித் திட்டு (6) பாண்டியன் பரிசு. இவற்றைத் தவிர வேறு சில சிறு நாடகக் காவியங்களும் உள்ளன. அவை ஈண்டு எடுத்துக்கொள்ளப்பெறவில்லை. முதல் ஐந்து காவியங்களின் கதைச் சுருக்கம் முதலில் தரப்பெறுகின்றது. ஆறாவது காவியம் விரிவாக மதிப்பீடு செய்யப் பெறுகின்றது.

1. சஞ்சீவி பர்வதத்தின் சாரல்

இது காவிய பாவனையில் எழுதப்பெற்ற ஓர் அற்புதப் படைப்பு. கவிஞர் தம் கொள்கைகளை விளக்கும் போக்கில் வேகமாக எழுதப்பெற்ற ஒரு கற்பனை ஓவியம். பாவேந்தரின் கவிதை ஆற்றலின் ஆவேசத்திற்கும் குணங்களுக்கும் இக்கவிதை சிறந்ததோர் எடுத்துக்காட்டு. குப்பன் ஒரு தமிழ் இளைஞன். இவன் "சஞ்சீவி பர்வதம்" எனப் பெயர்கொண்ட மலையில் தன் காதலி வஞ்சியை எதிர்நோக்கிக் கொண்டிருக்கின்றான். வஞ்சி "இட்ட அடி நோக எடுத்தஅடி கொப்பளிக்க" வருகின்றாள். குப்பன் அவளைத் தழுவச் செல்லுகின்றான். வஞ்சி அவனைத் தடுத்து மலை மீதேறி இரண்டு மூலிகைகளைக் கொண்டு வந்தால்தான் அவனது விருப்பம் நிறைவேற்றப்படும் என்கின்றாள். குப்பன் ஓடோடிப்போய் மூலிகைகளைக் கொணர்கின்றான்.

ஒரு மூலிகையை அவர்கள் தின்கின்றனர். மற்றவர்கள் பேசும் பேச்சைக் கேட்கும் ஆற்றல் பெறுகின்றனர். வஞ்சி, ஆங்கிலேயன் ஒருவன் இந்திய நாட்டின் நிலைமையைப் பற்றிப் பேசுவதைக் கேட்கின்றாள். சிந்தனை கொள்கின்றாள். மூலிகையைக் கொண்டுவந்த மகிழ்ச்சியில் குப்பன் அவளை முத்தம் தருவதற்குப் போகையில் அங்கு ஆரவாரத்துடன் எழுந்த ஒரு பேரொலி அவனைத் திடுக்கிடச் செய்கின்றது. ஒரு பாகவதர் இராமாயணக் கதையில் ஆஞ்சனேயர் சஞ்சீவி பர்வதத்தைத் தூக்கிக்கொண்டு போகும் கட்டத்தைப் பற்றிச் சொற்பொழிவு செய்து கொண்டிருக்கும் ஒலி அது. குப்பன் தான் நின்றுகொண்டிருக்கும் சஞ்சீவி மலைக்குத்தான் ஆபத்து வந்ததென்று வருத்தமுற்று நடுநடுங்குகின்றான்.

இப்பொழுது மற்றொரு மூலிகையை அவர்கள் தின்கின்றனர். இதனால் பிற இடங்களில் நடைபெறும் காட்சிகளை நேரில் காணும் ஆற்றலைப் பெறுகின்றனர். ஓரிடத்தில் "இராமாயணக் காலட்சேபம்" நடந்து கொண்டிருக்கின்றதை அவர்கள் காண்கின்றனர். வஞ்சி இராமாயணக் கதையில் சஞ்சீவி மலை அநுமாரால் தூக்கப் பெற்றதே ஒழிய தாம் இருக்கும் மலைக்கு ஆபத்து ஒன்றும் இல்லை என்று

அவனுக்கு மெய்ப்பித்து அவனது மூடத் தனத்தைப் பரிகாசம் செய்கின்றாள். குப்பனுக்கு ஞானோதயம் ஆகின்றது. இதுதான் கவிதையில் கவிஞர் படைத்துக் காட்டிய கற்பனை.

கற்பனை ஓவியம்: பொதுவாக கவிதை மிக்க ஆற்றலுடன் வரையப் பெற்றுள்ளது. ஆனால், செம்மையான கட்டுடனும் ஓசை வளத்துடனும் நடையழகுடனும் அமைவதில் ஒரு குறைபாடு தோன்றுகின்றது. இவற்றைக் கவிஞர் தம்முடைய கொள்கை வேகத்திற்கும் ஆவேசத்திற்கும் அர்ப்பணம் செய்து விட்டதாகக் கருத முடிகின்றது. இதில் நல்ல இலக்கியச் சுவையுடைய சொற்கள், கொச்சைச் சொற்கள் ஆகியவை தங்குதடையின்றிச் சேர்ந்து கலந்து காதல்மணம் புரிந்து ஒருவித ஆற்றலைப் பெறுகின்றன. கவிஞர் தம்முடைய இலட்சியங்களையும் பகுத்தறிவுச் சிந்தனைகளையும் கேட்போர், படிப்போர் மனத்தில் விதைக்க வேண்டும் என்று ஆவேசத்துடன் இருப்பதால் அந்தக் குறிக்கோள் நிறைவு பெறுமாறு கவிதை அமைந்துள்ளது. கவிதையின் அழகு சிறிது குறைவதாகக் காணப்பெற்றாலும் தெளிவு கைவிடப் பெறவில்லை. இக்காரணம்பற்றியே கவிதையில் நடையும் பாவனையும் சில இடங்களில் உரை நடையைத் தழுவிச் செல்கின்றன.

கவிஞரின் கொள்கைகள்: ஆங்கிலேயன் பேச்சில் வெளிப்படுவன.

1. இந்திய மக்களின் தொகை 33 கோடி[9]; அவர்களிடையேயுள்ள வேற்றுமைகளும் அந்த அளவே. ஆதலால் அவர்கள் ஒன்று சேர்ந்து நம்மை எதிர்க்க முடியாது.

2. புராணங்கள் இந்த வேற்றுமையை வளர்க்கின்றன; சாதி சண்டைகளை இதிகாசங்கள் வளர்க்கின்றன.

3. சமூகத்தின் கண்ணைக் குருடாக்கி வளமாக வாழும் குருக்களோ கணக்கற்றவர்கள்.

4. உதட்டில் வெல்லத்தையும் உள்ளத்தில் கள்ளத்தையும் உடைய வான்சுரரைவிட்டு வந்த பூசுரர்கள் இங்கு வாழ்ந்து வருகின்றனர்.

---
9. இப்போது (2001) - 102 கோடி

5. மக்களிடம் சிந்தனையாற்றல் சிறிதுமில்லை; தம்தோள் உழைப்பினிலும் நம்பிக்கை இல்லை.

6. பகுத்தறிவே இல்லாமல் ஒழித்துவிட்டு, விரதம், நோன்பு போன்ற கற்பனைக் கருத்துகளுக்கு இடங்கொடுத்து உணவு உண்ணாமல் சத்துடம்பைக் குன்றவைக்கும் மக்கள் வாழ்கின்றனர்.

7. பொறுப்புள்ள மக்கள் கற்களாக்கப்பெற்று கற்கள் கடவுளர்களாக காணப்படுகின்றன.

8. "காயமே இது பொய்யடா; காற்றடைத்த பையடா" என்றும் உறவினர் யாவரும் இல்லாதொழிந்து விடுவர் என்றும் போகங்கள் வேண்டா, பொருள் வேண்டா; "பாழுலகம் பொய்; மெய்யான பரமபதம் செல்க" என்றும் நுவலும் சாக்குருவி வேதாந்தத்தில் நம்பிக்கையுள்ளவர்கள் மக்கள்.

9. சாதிப் பிரிவு, சமயப் பிரிவு, நீதிப் பிழைகள், நியமப் பிழைகள், மூடப் பழக்கங்கள் முதலியவை யாவும் ஒழிந்தால் ஆங்கிலேயர்கள் தாமாக ஓடிவிடுவர்.

10. இராமாயணம் என்னும் நலிவுதருங் கதை அங்கு உண்டு. குப்பனும் அவள் காதலி வஞ்சியும் "இராமாயணக் காலட்சேபம்" நடைபெற்றுக் கொண்டிருப்பதைக் காண்கின்றனர்.

இங்ஙனம் கவிஞர் தம் கொள்கைகளை இந்தச் சிறுகாவியத்தில் வெளியிடுகின்றார்.

2. புரட்சிக் கவி

அமுதவல்லி ஓர் அரசனின் மகள் - "ஆசைக்கொரு பெண்". தமிழ்மொழி, தமிழ் இலக்கியம், இலக்கணம் நன்கு பயின்றவள். அயல் மொழியிலும் நன்கு தேர்ச்சி பெற்றாள். கவிதை புனையக் கற்கவில்லை. அமைச்சனிடம் செய்யுள் இலக்கணம் கற்பிக்கும் ஆசான் ஒருவனைத் தேடித்தரும்படி சொல்லுகின்றான் அரசன். அமைச்சனும் உடனே சகலகலை வல்லவனும், உலகோர் போற்றும்

புலவனும் உயர்கவிஞனுமான உதாரனைப் பரிந்துரைக்கின்றான். அவன் இளவயதும் அழகும் வாய்ந்தவனாக இருப்பதால் குலமகளை அவன்பால் கற்க விடுவதால் குறைவந்து நேர்ந்தாலும் நேரக்கூடும் என்றும் கூறியவன் அந்தக் குறையைத் தீர்க்கத் தக்கதோர் வழியையும் சாற்றுகின்றான். அமுதவல்லி உதாரனிடம் கற்கும்போது இருவரும் ஒருவரையொருவர் தெரிந்துகொள்ளாதிருக்கத் திரையிட்டு, உதாரன் பார்வையற்ற குருடன் என்று அமுதவல்லிக்கும், அமுதவல்லி தொழு(குட்ட) நோயாளி என்று உதாரனுக்கும் சொல்லி வைத்தால் நடைமுறை நன்றாக அமையும் என்று யோசனை கூறுகின்றான். அரசனும் அமைச்சனின் அற்புதமான யோசனையை ஏற்று அமுதவல்லியை அவ்வாறே கற்க ஏற்பாடு செய்கின்றான்.

அமுதவல்லி தமிழ் கற்க ஒரு பொன்மேடை அமைக்கப் பெறுகின்றது. இருவரும் ஒருவரையொருவர் நோக்காமல் திரையும் இடப் பெறுகின்றது. யாப்பு முறை, அணிநலன், பாப்புனையும் அநுபவ முறை போன்றவை விளக்கமாகப் புகட்டப் பெறுகின்றன. ஆசுகவி, சித்திர கவி, மதுரகவி, வித்தார கவி முறைகளெல்லாம் கற்று வருகின்றாள் அமுதவல்லி. நாட்கள் பல உருண்டோடுகின்றன. ஆனால் ஒருவரையொருவர் பார்க்க முடியவில்லை. விழியற்றவனைப் பார்த்தல் அபசகுனம் என்று அமுதவல்லி உதாரனைப் பார்க்கவில்லை. உற்றதோர் நோயுடையாள் என்று உதாரனும் அவளை நோக்க வில்லை.

ஒருநாள், அமுதவல்லி பொன்மேடையருகில் காத்திருக்கின்றாள். இளவேனிற்காலம். இருட்காட்டை அழிப்பது போல விண்வெளி அனைத்தையும் கவரும் வண்ணம் பால் மதிய ஒளி வீசுகின்றது. உதாரன் பொன்மேடையருகில் நின்று கொண்டு முழுமதியை இமையாது நோக்குகின்றான்; இருவிழியால் தழுவுகின்றான்; அதனை மனத்தாலும் உண்கின்றான். கலைமகள் அருள்பாலிக்கின்றாள். கவிதை மழை பெய்யத் தொடங்குகின்றது. அது வெள்ளமாகப் பெருக்கெடுத்து ஓடி அமுதவல்லியின் செவிகட்கு அமுதமாக இனிக்கின்றது.

அமுதவல்லியின் சிந்தனையாற்றல் செயற்படுகின்றது. "உதாரன் விழியற்றவனாயின் நிலவினை எங்ஙனம் காணமுடியும்? பாடமுடியும்!" என்று எண்ணுகின்றாள். ஓடிச்சென்று அவனது தாமரைக் கண்களையும் தடந்திருத்தோள்களையும் காண்கின்றாள். அவனது எழில் திருமேனியில் உள்ளத்தைப் பறிகொடுத்து நிற்கின்றாள். உதாரனும் தன்னருகில் நிற்கும் அழகிய மங்கையைக் கண்டு, "மின்னின குலத்தில் விளைந்ததோ? வானவில்லினின்றும் உருப்பெற்றதோ? தண்டமிழ்க் கவிவாணரின் கற்பனையில் விளைந்த பொற்சித்திரமோ? பூங்கொடியோ?" என்றெல்லாம் எண்ணி இறுதியில் தான் கற்பிக்கும் அமுதவல்லி என்பதாக அறிகின்றான். அமைச்சன், அரசன் ஆகியோரின் சூழ்ச்சி பட்டவர்த்தனமாக வெட்ட வெளிச்சமாகின்றது.

அமுதவல்லி-உதாரன் இருவர்களிடையே காதற் பேச்சுகள் நடைபெறுகின்றன. அப்போது உதாரன்,

காரிருளால் சூரியன்தான் மறைவ துண்டோ?
கறைச்சேற்றால் தாமரையின் வாசம் போமோ?
பேரெதிர்ப்பால் உண்மைதான் இன்மை யாமோ?
பிறர்சூழ்ச்சி செந்தமிழை அழிப்ப துண்டோ?
நேர்இருத்தித் தீர்ப்புரைத்துச் சிறையிற் போட்டால்
நிறைதொழிலா ளர்களுணர்வு மறைந்து போமோ?
சீரழகே தீந்தமிழே! உனைஎன் கண்ணைத்
திரையிட்டு மறைத்தார்கள் என்று சொன்னான்.

இதற்குமேல் தொடரும் பேச்சுகள் பஃறொடை வெண்பாவால் அற்புதமாக அமைக்கப்பெற்றுள்ளன. சொல்நயம், பொருள்நயம், உவமையழகு பொருந்திய இப்பகுதி பன்முறை படித்து அநுபவிக்கத் தக்கது.

காதலர் விரைந்தோடி ஒருவரையொருவர் தழுவி மகிழ்கின்றனர். இன்ப உலகில் நாட்கள் பல உருண்டோடுகின்றன. அமுதவல்லியின் உடல் மாற்றத்தைக் கண்டு தோழியர்கள் தம் ஐயத்தை - உதாரன் - அமுதவல்லி இவர்களின் காதற் குளியலை - அரசனிடம் "விண்ணப்பம்" சாதிக்கின்றனர். அரசன் இவர்கள்

நடத்தையை நேரில் அறிய வேண்டுமென்று கன்னிமாடத்தருகே மறைந்து காத்திருந்து "உதாரன் எழில் மங்கைக்குக் கைலாகு கொடுத்ததும் காதல் உரையாடல் நிகழ்த்தியதும், முத்தம் விளைத்த நடைமுறையையும்" நேரில் காண்கின்றான். கடுகடுக்கின்றான். உதாரனைச் சிறையிடுகின்றான். இச்செய்தி ஊரெங்கும் காட்டுத் தீபோல் பரவுகின்றது.

அரசனுக்கும் கவிஞனுக்கும் இடையே நடைபெறும் உரையாடலை நான்கு பாடல்களில் வருணிக்கின்றார் கவிஞர். கவிஞனுக்குக் கொலை தண்டனை விதிக்கப்பெறுகின்றது. இந்நிலையில் - அமுதவல்லி இடையில் பிரவேசித்து முழங்குகின்றாள். "இல்லை உனக்கு அதிகாரம். கவிஞன்மீது பிழை இல்லை. ஒருவனும் ஒருத்தியுமாய் மனம் உவந்திடில் பிழை ஏது? அரச சாதி, பிற சாதி என்ற வேறுபாடு உண்டோ? என் மனம் காதலனைச் சென்று இழுத்ததனால்தான் அவன் இணங்கினான். ஆதலால் அவன்மீது பிழை இல்லை. அதனால் என்னைத் தண்டித்தல்தான் முறை. ஆனால் மன்னனின் ஒரே மகள் நான், என்னை வருத்திட நினக்கு அதிகாரம் இல்லை! இதனை ஊர்மக்கள் முன்னர்தான் உரைத்தல் கடன்!" என்று வேகமாக ஓடிக் கொலைஞர் பிடியிலிருந்த கவிஞனை-தனது ஆருயிரை - மென்மலர்க்கரத்தாலே சென்று மீட்கின்றாள் தன் தாட்டிகத்தால். சினந்து எழுந்த அரசன், "இந்தத் துட்டச் சிறுக்கியைக் காவற்சிறையில் அடைப்பீர். அந்தக் கவிஞனை ஊர் மக்கள் எதிரில் கொலை புரியக் கூட்டிச் செல்வீர்" என்று ஆணையிடுகின்றான்.

அமைச்சன் குறுக்கிட்டு "அரசே, இது நீதி அன்று. மங்கையின் தண்டனையை நீக்கி யருள்க" என்கின்றான். உடனே அமுதவல்லி குறுக்கிட்டு, "காதலனைக் கொலைக் களத்திற்கு அனுப்பி விட்டு கன்னி எனை மன்னிக்கக் கேட்டுக் கொண்ட அமைச்சரே, உங்கள் நீதி நன்று! காதலன் இறந்தால் என் உயிர் நிலைத்திடும் என்று நினைத்து விட்டீர்! செத்தால் இருவரும் சாதல் வேண்டும். தவிர்ந்திடில் இருவருமே தவிர்தல் வேண்டும். இந்த இரண்டில் ஒன்றை மன்னன் வாய் ஓதட்டும். உயிர் எமக்கு வெல்லம் அல்ல" என்கின்றாள்.

அரசன் துடிதுடித்து, சபையை நோக்கி "அவையோரே, பிழை புரிந்தால்" நான் சகியேன். உதாரனையும் அமுதவல்லியையும் மண்மீதில் கிடத்திக் கொல்வதே முறை என்று கூறி, கொலையாளர்களை நோக்கி, "கொலை செய்வீர்கள் ! கடிது செய்வீர் ! இஃது என் ஆணை !" என்கின்றான். அவையினில் பேச்சும் இல்லை; அசைவும் இல்லை. அச்சடித்த பதுமைகள்போல் இருக்கின்றனர். காதலனை நோக்கி, "என் காதல் துரையே, எவையும் நமைப் பிரிக்கவில்லை. இன்பம் கண்டோம். இறப்பதிலும் ஒன்றுபட்டோம். அநீதி இழைத்த அரசனுக்கு நாட்டுமக்கள் நற்பாடம் கற்பிப்பர்" என்று சொல்லிக்கொண்டு காதலர்கள் இருவரும் கொலை தண்டனை நிறைவேற்றப்பெறும் இடம் நோக்கிச் செல்லுகின்றனர்.

கொலைக்களக் காட்சி இது. ஒருபக்கம் கொலைஞர்கள் அதிகாரங்கள் கொண்டவர்கள், காதலர்கள் நிற்கின்றனர். எதிர்ப்பக்கத்தில் நாட்டுமக்கள் அனைவரும் வீட்டைப் பூட்டிக் கொண்டு அலைகடல்போல் திரண்டுள்ளனர். தண்டனைக்கு உட்பட்டவர்கள் இருவரும் இறுதியாகச் சிலவற்றைப் பேசலாம் என்று தலைப்பாகை அதிகாரி விடை தருகின்றான். தமிழ்க்கவிஞன் மக்களிடையே முழக்கம் செய்கின்றான்.[10]

"பேரன்பு கொண்டவரே, பெரியோரே, என் பெற்ற தாய்மாரே, நல் இளஞ்சிங்கங்காள் !" என்று கூடியிருந்த மக்களை விளித்து, "அந்தக் காலத்தில் பாம்புக் கூட்டம் போராடும் பாழ்நிலத்தை அழகுநகர் உண்டாக்கிப் புதுக்கியவர் யார் ? வரப்பெடுத்த வயல்களை உழுதுழுது பயன் விளைக்கச் செய்தவர்கள் யார் ? கற்பிளந்து மலை பிளந்து கனிகள் வெட்டிக் கருவியெல்லாம் செய்து தந்த கைதான் எவர் கை ? கடலில் மூழ்கி முத்தெடுத்த மூச்சு எவரின் மூச்சு ? அக்கால உலகிருட்டைத் தலைகீழாக்கி அழகியதாய்ச் செய்தவர் யார் ? பொழுதுதோறும் புனலுக்கும், அனலுக்கும், சேற்றினுக்கும், கக்கும்

10. இவனது இறுதிப் பேச்சு செகப்பிரியரின் "ஜூலியஸ் சீசர்" என்ற நாடகத்தில் அந்தோனி என்ற கதைமாந்தர் பேசிய பேச்சையொத்திருந்தது என்று சொல்லி வைக்கலாம்.

விஷப்பாம்பினுக்கும், இடையறா நோய்களுக்கும் பலியாகிக் கால் கைகள் உடல்கள் சிந்தும் பச்சைரத்தம் பரிமாறி இந்த நாட்டைச் சலியாத வருவாயும் உடையதாகத் தந்ததெவர் ?

"அவர்களின் இன்றைய நிலை என்ன ? எலியாக, முயலாக இருக்கின்றார்கள். ஏமாந்த காலத்தில் ஏற்றம் கொண்டோன் புலி வேஷம் போடுகின்றானே ! அது போகட்டும். அரசனுக்கும் எனக்கும் ஒரு வழக்கு உண்டாயிற்று. அதனைப் பொதுமக்கள் தீர்ப்பதுதான் சரி என்றேன். மன்னன் ஒப்புக்கொள்ளவில்லை. இவளும் (அமுதவல்லியைச் சுட்டிக் காட்டி) நானும் சாவதென்றே தீர்ப்பளித்தான்; சாவதற்கு வந்திருக்கின்றோம். ஒன்றை நீங்கள் சிந்திக்க வேண்டும். 'ஒரு மனிதன் தேவைக்கே இந்த தேசம் உண்டென்றால், அந்த தேசம் ஒழிதல் நன்றாம் !' நாங்கள் இதோ சாகின்றோம். நாளை நீங்கள் இருப்பது மெய் என்று இருக்கின்றீர்கள் !

"அரசன் தன் மகளுக்கு கவிதை கற்றுத் தரச் சொன்னான்; சொல்லித் தந்தேன். அவ்வாறு கற்றல் நடைபெறுங் காலத்தில் அந்த எழில் நங்கையும் எனைக் காதல் எந்திரத்தால் புலன் மாற்றிப் போட்டுவிட்டாள்; ஒப்பிவிட்டேன் ! பெரியோர்களே, இப்போது என் உயிருக்காக நான் அழவில்லை. எழுதாத ஓவியம்போல் உள்ள இவளுடைய உடல் வெட்டப்படும் மாபழிக்கு இரங்குகின்றேன். என் மனமும் நடுக்கம் கொள்கின்றது. அமுதென்று சொல்லுகின்ற இந்தத் தமிழ் என் ஆவி அழிவதற்குக் காரணம் ஆயிற்று என்று சமுதாயம் நினைத்திடுமோ ! தாய்மொழிக்கு வந்த பழியை யார் சகிப்பார் ? இன்னொன்று சொல்லுகின்றேன். கவனமாகக் கேளுங்கள். சரியாகச் சிந்தியுங்கள். அரசனுக்குப்பின் இந்தத் தூயநாட்டை ஆளுதற்குப் பிறந்த ஒரு பெண்ணைக் கொல்ல அதிகாரம் அரசனுக்கோ ? உங்களுக்கோ ? அரசன் சட்டத்தை அவமதித்தான் !

"அரசன் மகள் குடிகட்கு ஆளுரிமையைப் பொதுவாக்க நினைத்திருந்தாள். இப்போது சாகப் போகின்றாள். அவளைக் காப்பீர் ! வாழிய என் நன்னாடு பொன்னாடாக ! வாழிய நற்பெருமக்கள் உரிமை வாய்ந்தே. வீழியபோய் மண்ணிரிடையே விண்வீழ் கொள்ளி வீழ்வதுபோல் தனித்தாளும் கொடிய ஆட்சி ! பெரியோர்களே,

ஏழையினேன் கடைசி முறை வணக்கம் செய்தேன்! அன்னையீர், ஏகுகின்றேன்! ஆழ்க என்றன் குருதியெல்லாம் அன்பு நாட்டில்! ஆழ்க!"

இவ்வாறு சொல்லிக் கொண்டு கத்தியின்கீழ்த் தலைகுனிந்தான். இப்போது படிகத்தைப் பாலாபிஷேகம் செய்து பார்ப்பதுபோல் அமுதவல்லியின் கண்ணீர் வெள்ளம் அடிசோர்தல் கண்டார்கள் அங்கிருந்த பெருமக்கள். "ஆவென்று கதறினாள்!" "அன்பு செய்தோர் படிமீது வாழாரோ?" என்று பதைபதைத்தாள்.

இதனைச் செவிமடுத்த நாட்டுமக்கள் "கொடிது" என்றார்கள். கொடுவாளைப் பறித்தார்கள். அந்தக் கொலையாளர் உயிர்தப்பி ஓடலானார்கள்! கவிஞனுக்கும் காதலிக்கும் மீட்சி தந்தார்கள். இனி புவியாட்சி அரசனுக்கு இல்லை என்று தூது போக்கினார்கள். செல்வம் எல்லாம் உரிமை எல்லாம் நாட்டாருக்கு ஆயிற்று. இவையெல்லாம் நலிவையன்றி எய்துதற்குச் சட்டம் செய்தனர். நாட்டில் நலிவில்லை. நலமெல்லாம் வாய்த்தது. கோனாட்சி ஒழிந்து குடியாட்சி ஏற்பட்டது.

கொள்கைகள்: இக்காவியத்தால் வெளிப்படும் கொள்கைகள்

1. தமிழின் பெருமை பேசப்பெறுகின்றது.
2. சாதி வேற்றுமை இல்லையென்று சாற்றப்பெறுகின்றது.
3. உண்மையான காதலுக்கு மதிப்பு தரப்பெறுகின்றது.
4. தொழிலாளர் ஏற்றம் காட்டப் பெறுகின்றது.
5. முடியரசின் கொடுமை முரசறையப் படுகின்றது.
6. குடியரசு நிலைநாட்டப் பெறுகின்றது.

எங்கும் புரட்சி, எதிலும் புரட்சி என்று காண்பதால் காவியமும் **"புரட்சிக் கவி"** என்ற திருநாமம் பெறுகின்றது.

3. எதிர்பாராத முத்தம்

வள்ளியூர் மறைநாய்க்கன் மகள் பூங்கோதை. மானநாய்க்கன் மகன் பொன்முடி. இரு குடும்பங்களும் நெருங்கிய உறவுடையவை. மாமன் - மைத்துனன் முறையுள்ளவை. பூங்கோதையும் பொன்முடியும்

சிறுவயது முதற்கொண்டே நெருங்கிப் பழகி வந்தனர் - "சென்ற ஆண்டு வரை" இவர்கள் இருவரும்,

வாய்க்காத பண்டமில்லை உண்ணும் போது
மனம்வேறு பட்டதில்லை என்ன ஆட்டம்!
அத்தான்என் றழைக்காத நேர முண்டா!
அத்தைமக ளைப்பிரிவா னாஅப் பிள்ளை[11]

இப்படியிருக்க குடும்பப் பகை எப்படியோ நேரிடுகின்றது. பல்லாண்டுகள் பூங்கோதையும் பொன்முடியும் ஒருவரையொருவர் பார்க்கவில்லை. ஒருநாள் இவர்கள் "ஊழ் கூட்டுவிப்பதால்" சந்திக்க நேரிடுகின்றது. பருவவளர்ச்சியால் காதல் முதிர்ச்சியடைகின்றது. பெற்றோர் காணாவண்ணம், சந்திப்புகள் நேரிடுகின்றன. "குறியிடங்களை" அமைத்துக்கொண்டு சந்திப்புகள் நடைபெறுகின்றன. அவ்வூர்ப் பண்டாரம் - 'நுணுக்கம் அறியா சணப்பன்' - சந்திப்புகட்குத் தூதுவனாகச் செயற்படுகின்றான் கைக்கூலி வாங்கிக்கொண்டு.

ஒருநாள் நள்ளிரவில் "கிள்ளையைச் சந்திக்கின்றான்", "மாரோடணைத்து, மணற்கிழங்காய்க் கன்னத்தில் வேரோடு முத்தம் பறிக்கும்போது"[12] மறைநாய்க்கனால் பிடிபடுகின்றான். பொன்முடி புன்னைமரத்தில் கட்டப் பெற்று நீட்டுமிலாரால் நன்றாகப் புடைக்கப் பெறுகின்றான். மகள் பூங்கோதை அடிக்க வேண்டா என்று கொஞ்சும் பாவனையில் கெஞ்சுகின்றாள். தந்தை அவளைத் தள்ளி உதைக்கின்றான். செல்வியை வீட்டிற்கு இட்டுச் செல்லுகின்றனர்; பொன்முடியைக் கட்டவிழ்த்து விட, அவன் உலராத காயங்களோடு வீடு நோக்கி நடக்கின்றான்.

பொன்முடி-பூங்கோதையின் நினைவாக மறைநாய்க்கன் வாணிகத்தைச் சரியாகக் கவனிக்கவில்லை. பொன்முடி புன்னைமரத்தில் கட்டப்பெற்று அடிபட்ட செய்தியும் பொன்னன் என்பவன் மூலம் பெற்றோர்கட்கு எட்டுகின்றது. இருவரும்

11. எ.பா.மு. 3 - பக். 9
12. எ.பா.மு. 6 - பக். 19

வருந்துகின்றனர். பூங்கோதையை ஒருவாறு மறந்திருக்கட்டும், தூற்றப்படும் அலரும் அடங்கட்டும் என்ற எண்ணத்துடன் மானநாய்க்கன் பொன்முடியை வணிகர் கூட்டத்துடன் வாணிகநிமித்தம் வடநாட்டிற்கு அனுப்பிவைக்கின்றான். பொன்முடியோ மீண்டும் மீண்டும் கடைவிழியால் மாடியிலே கனிந்திருக்கும் கனிதன்னைப் பார்த்துப் பார்த்து அகல்கின்றான். பாவையோ,

உடைந்து விழுவாள், எழுவாள் அழுவாள் கூவி!
"உயிரேநீர் பிரிந்தீரா?" என்று சோர்வாள்![13]

தன் காதலன் டில்லி மாநகர் நோக்கிச் சென்றதாக அறிகின்றாள் பூங்கோதை. நினைந்து நினைந்து துடிக்கின்றாள். தன் காதலனை நாடிச் செல்வதென்று முடிவு செய்கின்றாள். அவனைக் காணும்வரை தனது உயிர்நிலைக்க வேண்டுமே என மனம் கவல்கின்றாள்.

தாய்வயிற்றி னின்றுவந்த மானின் கன்று
தள்ளாடும்; விழும்; எழும்; பின்னிற்கும்; சாயும்.
தூய்விசைப் பூங்கோதைஅவ்வா றானாள்[14]

பாய் விரித்துத் தன் அறையிற் கிடக்கின்றாள். அவள் எதிரிலுள்ள கூடத்தில் நாய் குலைப்பது போலவும் கழுதைகள் நாவறளக் கத்துதல் போலவும் அவதூறு பேசுகின்றனர். அவன் தாய் தன்மகளின் காதலனை நடத்தை கெட்டவன் என்கின்றாள். வடநாட்டுப் பயணம் அவனுக்குத் தாங்காது என்று மகிழ்ச்சி கொள்ளுகின்றாள். தந்தையோ சினத்துடனும் சிரிப்புடனும் "வடக்கென்றால் சாக்காடு: மாளட்டும்!" என்றுரைக்கின்றான். இவ்வுரைகள், பூங்கோதையின் காதில் வெள்ளீயம் காய்ச்சி வெடுக்கென ஊற்றியதுபோல் உணர்கின்றாள்.

தொண்ணூறு நாட்கள் இவ்வாறு துன்பத்தில் கழிகின்றன. ஒருநாள் தன் தோட்டத்திலுள்ள புன்னையைக் காண்கின்றாள்.

13. எ.பா.மு. 14 - பக். 43
14. எ.ப.மு. 15 - பக். 45

பழைய நிகழ்ச்சி நினைவுக்கு வருகின்றது. புன்னையில் அவளுடம்பு புதைகின்றது. உணர்ச்சியின்றிக் கிடக்கின்றது. பொன்னன் என்பான் மூலம் இதையறிந்த தாய்தந்தையர்கள் அருவிநீர் கண்ணீராக அவண் வருகின்றனர். அந்தப் புன்னைப் பெருமரப் பட்டைபோலப் பெண்ணினைப் பெயர்த்தெடுக்கின்றனர். கூடத்தில் கிடத்தி மூடிய விழியை நோக்குகின்றனர். வாடிய முகம் வடிவவேறுபட்டதையும், வாயிதழ் ஆடுவதையும், கண்ணிமைகள் அசைவதையும் காண்கின்றனர். எழில் விழி திறந்து "அத்தான்!" என மூச்செறிகின்றாள். பெற்றோர்தம்மை உற்று நோக்குகின்றாள். முகம் கவிகின்றாள். பெற்றோரும் பிரிகின்றனர்.

ஒருநாள் வடக்கு நோக்கிச் செல்லும் வணிகக் கூட்டத்துடன் தன் அழகுமேனி தோன்றாமல் முக்காடிட்டுப் பயணமாகின்றாள். முன்னதாகப் பொன்முடியுடன் வணிகர் கூட்டம் டில்லி மாநகருக்கு இப்பால் உள்ள மகோதய முனி வனத்தில் முப்பது காதத் தொலைவில் முகாம் இடுகின்றது. அவரவர் உணவு தயாரிக்க முனைகின்றனர். பொன்முடி ஏதோ அலுவலாகக் குளக்கரைக்குச் செல்லுகின்றான். அப்போது ஆரியப் பெரியோர் ஐவர் வணிகக் கூட்டத்தினரிடம் போந்து தாம் நிகழ்த்த இருக்கும் வேள்விக்குப் பொன் வேண்டுகின்றனர். செய்தியைப் பொன்முடிக்குத் தெரிவிக்க, அவன் தாங்கள் சைவர் என்றும், உயிர்க்கொலை புரியும் வேள்விக்குப் பொன் ஈவதற்கில்லை என்றும் சொல்ல, வணிகர்கள் யாவரும் அக்கருத்தை ஏற்றுக்கொண்டு பொருள்தர மறுக்கின்றனர். ஆரியர்கள் ஐவரும் அடக்கிய சினத்துடன் அவ்விடத்தை விட்டு அகலுகின்றனர்.

முத்து வாணிகர் தம் அலுவலை முடித்துக்கொண்டு சொத்தும் கையுமாகத் திரும்புகையில் முன் இறங்கிய மகோதய முனிவர் வனத்தில் இறங்கி உணவு கொள்ளுகின்றனர். போகும்போது வேள்விசெய்யப் பொன் கேட்ட ஆரியர்கள் இக்கூட்டத்தைப் பார்த்தும் பாராதவர்போல் பதுங்கினர். தமிழர் அவர்களைக் கண்டு ஐயுற்றனர். தமது சொத்தும் ஆருயிரும் பறிபோகப் போகின்றன என்று அறிவுடைத் தமிழன் ஒருவன் அறிந்து கூறுகின்றான். தம் உணவை முடித்துக்கொண்டு புறப்படத் தொடங்கும்போது ஆரியர்

எதிர்க்கின்றனர். தமிழரின் தலைகள் பல உருண்டன. வடவரில் சிலரும் மாய்ந்து போகின்றனர். தப்பிய சிற்சில தமிழர் வனத்தின் அப்புறத்திலுள்ள அழகிய ஊரின் பின்புறமாகப் பிரியும் வழியாகப் பொன்முடியோடு போய்ச் சேர்கின்றனர். சூறையாடிய துறவியர் “வைதிகம் பழித்த மாபாவி பொன்முடியின்மீது” கண் வைக்கின்றனர். அவன் பைதலி வனத்தின் பக்கமாகச் செல்லக் கூடும் என்று அவனைத் தீர்த்துக் கட்டச் சயந்தன் என்பானை அனுப்புகின்றனர்.

வடக்கினின்றும் பொன்முடியும் பிறரும் வர தெற்கினின்றும் வணிகருடன் பூங்கோதை வடதிசை நோக்கிச் செல்லுகின்றாள். தொலைவிலுள்ளபோதே இருவரும் ஒருவரையொருவர் அறிந்து கொள்ளுகின்றனர்.

“நிச்சயமாய் அவர்தாம்” என் றுரைத்தாள் மங்கை!
“நிசம்” என்றாள்! பூரித்தாள்! மெல்லி டைமேல்
கொச்சவலம் இறுக்கினாள்! சிரித்தாள்! கைகள்
கொட்டினாள்! ஆடினாள்! ஓட லானாள்!
“பச்சைமயில்; இங்கெங்கே! அடடா! என்னே!
பறந்துவந்து விட்டாளே! அவள்தான்! என்று
கச்சைதனை இறுக்கிஎதிர் ஓடி வந்தான்
கடிதோடினாள், “அத்தான்” என்ற ழைத்தே!

நேர்ந்தோடும் இருமுகமும் நெருங்கும் போது
நெடுமரத்தின் மறைவினின்று நீள்வாள்” ஒன்று
பாய்ந்ததுமேல்! அவன்முகத்தை அணைத்தாள் தாவிப்
பளீரென்று முத்தமொன்று பெற்றாள்! சேயின்
சாந்தமுகந் தனைக் கண்டாள் உடலைக் காணாள்!
தலைசுமந்த கையோடு தரையிற் சாய்ந்தாள்!
தீந்தமிழர் உயர்வினுக்குச் செத்தான்! அன்பன்
செத்ததற்குச் செத்தாள்அத் தென்னாட் டன்னம்!

இத்துடன் காவியம் நிறைவு பெறுகின்றது. இரண்டாம் பகுதியாக அமைந்துள்ள குமரகுருபரரின் வரலாறு காவியத்தின் வரலாற்றிற்குப் பொருந்துமாயினும் காவியத்தின் சுவையை ஓரளவு சிதைப்பதாக அமைகின்றது.

ஐந்து முத்தங்கள்: இக்காவியத்தில் ஐந்து முத்தங்களைக் காண்கின்றோம்.

முதலாவது: வள்ளியூர்த் தென்புறத்து வனசப்பூப் பொய்கை தன்னில் பூங்கோதை நீராடும்போது மங்கையர் இனமலர் அழகுகண்டு "இச்" சென்று முத்தம் தருகின்றனர். இது மங்கையர் மலருக்கீந்த முத்தம்[15]

இரண்டாவது: பூங்கோதை நீர்க்குடத்தைக் "கையலுத்துப் போகுதென்று" மரத்தின் வேர்மேல் கடிது வைக்கின்றாள். "அத்தான், என்னை நீர் மறந்தீர் என்று நினைத்தேன்" என்று பூங்கோதை கூறும்போது பொன்முடி அவளை வெடுக்கென்று அணைக்க, அவள் "விடாதீர்" என்கின்றாள்.

கையிரண்டும் மெய்யிறுக இதழ்நி லத்தில்
கனஉதட்டை ஊன்றினான் விதைத்தான் முத்தம்![16]

இது காதலன் காதலிக்கு வழங்கிய முதல் முத்தம்!

மூன்றாவது: நள்ளிருளில் கிள்ளை வீட்டிற்குச் சென்றவன்,

ஓங்கார மாய்த்தடவி அன்பின் உயர்பொருளைத்
தாங்கா மகிழ்ச்சியுடன் தான்பிடித்துப் பூங்கொடியை
மார்போ டணைத்து மணற்கிழங்காய்க் கன்னத்தில்
"வேரோடு முத்தம் பறித்தான்!"[17]

இது காதலன் காதலிக்குத் தந்த இரண்டாம் முத்தம்; காவியத்தில் மூன்றாவது முத்தம்.

நான்காவது: பண்டார உடையுடன் விடியற் காலையில் பொன்முடி பூங்கோதை இல்லத்திற்குச் செல்லுகின்றான். பூங்கோதையின் அன்னை பால் கறந்து கொண்டிருக்கின்றாள்.

தாமரைபோய்ச் சந்தனத்தில் புதைந்த தைப்போல
தமிழ்ச்சுவடிக் கன்னத்தில், இதழ்உ ணர்வை
நேமமுறச் செலுத்திநறுங் கவிச்சு வைகள
நெடுமூச்சு கொண்டமட்டும் உறிஞ்சி நின்று
மாமியவள் பால்கறந்து முடிக்க, இங்கு
மருமகனும் "இச்"சென்று முடித்தான் முத்தம்![18]

இது நான்காவது முத்தம்; காவியத்தில் காதலன் காதலிக்கு நல்கிய மூன்றாவது முத்தம்.

15. எ.பா.மு. 2 - பக். 7
16. இயல் - 3 - பக். 11
17. எ.பா.மு. 6 - பக். 19
18. எ.பா.மு. 10 - பக். 33

ஐந்தாவது: வாணிகப்பணியை முடித்துக்கொண்டு வணிகர்களுடன் பொன்முடி திரும்பும்போது பளீரென்று முத்தமொன்று பெறுகின்றாள். சேயின் தலைதான் அவள் கையில்; உடல் காணப்பெறவில்லை. இதுதான் காவியத்தின் ஐந்தாவது முத்தம், காதலி பெற்ற இறுதி முத்தம்; **எதிர்பாராத முத்தம்.** இதனைக் கவிஞர் 'சீவமுத்தம்' என்று குறிப்பிடுகின்றார்.[19] இது காவியத்தில் ஐந்தாவது முத்தம்.

உவமை யழகும் செந்தமிழ்ச் சுவையும் அமைந்து பாடியவாய் தேனூறும் பான்மையுடன் திகழும் இது சிறந்ததொரு காவியம். யானைத் தந்தத்தால் இயன்ற அழகிய பதுமைபோல் இது தொடுவதற்கும் இனிமை பயக்கின்றது; படிப்பதற்கும் சுவைவிருந்து நல்குகின்றது. "இஃது அழகான துன்ப இயல் சொல்லோவியம்".

4. தமிழச்சியின் கத்தி

இஃது ஒரு சிறு காவியம். தில்லி பாதுஷாவின் ஆட்சிக்கு உட்பட்டது ஆர்க்காட்டுப் பகுதி. இப்பகுதியில் அடங்கியவை 172 பாளையப்பட்டுகள். இவற்றில் ஒன்று செஞ்சிப் பாளையப்பட்டு. இதனை ஆள்கின்றவன் தேசிங்கு என்ற வடக்கன்; தமிழரை இகழ்பவன்.

ஒரு சமயம் சிப்பாய்களின் தலைவனான சுபேதார் சுதரிசன் சிங்கும் அவன் தோழனான மற்றொரு சுபேதார் இரஞ்சித் சிங்கும் புதுச்சேரி சென்று வளவனூர் வழியாகத் திரும்புகையில் வளவனூர் அருகில் ஒரு தென்னந் தோப்பில் திம்மன் என்ற வேளாண் மகனைக் காண்கின்றனர். திம்மன் அவர்கட்கு இளநீர் விருந்து அளித்ததுடன் இல்லத்திற்கு அழைத்துச் சென்று உணவு விருந்தும் அளிக்கின்றான். சுதரிசன் சிங்கு திம்மன் மனைவி சுப்பம்மாளின்மீது ஆசை வைக்கின்றான். தோப்பில் கட்டி வைத்த குதிரைகளைப் பார்த்து வருமாறு திம்மனை அனுப்புகின்றனர் வடக்கர்கள். சுதரிசன சிங்கு தன் உள்ளத்தைச் சிறிது அவிழ்க்கின்றான். பருப்பு வேகவில்லை. இவனது தீய எண்ணத்தை அவள் அறிந்து கொண்டதுதான் விளைந்த பலன்.

19. எ. பா. மு. 21 - பக். 60

தனியாகத் திம்மனை அழைத்துச் சென்று திம்மனுக்குச் சிப்பாய் வேலை வாங்கித் தருவதாக ஆசை காட்ட, அவன் அந்த ஆசை வலையில் வீழ்கின்றான். திம்மன் சுப்பம்மாவையும் இட்டுக்கொண்டு ஒரு வண்டியில் செஞ்சிக் கோட்டைக்குச் செல்லுகின்றான். வண்டியை ஒட்டிக் குதிரைமீது செல்லுகின்றான் சுதரிசன்.

வழியில் யாரோ சிலர் வண்டியை நிறுத்தி அவர்களை யார் என்று வினவுகின்றனர். இதற்குள் சுதரிசன் அஞ்சி, குதிரையை முடுக்கி விரைந்து மறைகின்றான். திம்மன் உண்மையைக் கூற, வந்தவர்கள் வடக்கர்களிடம் எச்சரிக்கையாக நடந்து கொள்ளுமாறு கூறுகின்றனர். சுப்பம்மா அவர்களிடம் ஒரு குத்துக் கத்தியைப் பெறுகின்றாள் பாதுகாப்பாக இருப்பதற்கு.

அவர்கள் செஞ்சியை அடைந்ததும் சுதரிசன் அவர்கட்குச் சேரியொன்றில் குடிசை அமைத்துத் தருகின்றான். சுப்பம்மாவை குப்பு, முருகி என்ற இரு தீய மாதர்களிடம் "பாதுகாப்பாக" இருக்குமாறு ஏற்பாடு செய்கின்றான் சுதரிசன். திம்மனுக்குப் பொய்யுடை தந்து கோட்டைக்கு இட்டுச் சென்று அவனை ஒரு மூலையில் அடைத்து விடுகின்றான். அன்றிரவு சுதரிசன் சுப்பம்மாவிடம் தன் விருப்பத்தைக் காட்டுகின்றான். சுப்பம்மாள் மசியவில்லை. குடிசைக்குத் தீயிட்டு அஃது எரியும்போது சுப்பம்மா உள்ளே திண்டாடுகின்றாள். இந்நிலையில் சுதரிசன் தன் உருவை மறைத்துக்கொண்டு சுப்பம்மாவின் கையைப் பிடிக்கின்றான். சுப்பம்மாவின் கத்தி தொட்ட கையை விலக்கிவிடுகின்றது. சுதரிசனும் மறைகின்றான்.

சுப்பம்மா சேரியில் அடைக்கலம் புக, செங்கான் என்ற சேரி முதியோன் சுப்பம்மாவைத் தன் இல்லத்தில் இருக்குமாறு ஏற்பாடு செய்கின்றான். மறுநாள் இரவு சுதரிசனின் எண்ணப்படி குப்புவும் முருகியும் செங்கான் வழியாக நஞ்சிட்ட உணவை அனுப்புகின்றனர். இதனையறியாத செங்கான் அவ்வுணவைச் சுப்பம்மாவிடம் வைத்துச் செல்ல, அவள் அதனை உண்டு மயங்கி விழ, பதுங்கியிருந்த சுதரிசன் உள்ளே புகுந்து சுப்பம்மாவின் கற்பைக் கெடுத்துச் செல்லுகின்றான்.

மயக்கம் தெளிந்த சுப்பம்மா தான் கற்பிழந்ததை உணர்கின்றாள்; செங்கானையும் உசாவி உண்மையைத்

தெளிகின்றாள். கத்தியை உயர்த்திக்கொண்டு ஓட, செங்கான் உடன் ஓட, சேரியும் ஓடுகின்றது. மனம் தாளாமல் சுதரிசனின் இல்லத்தின் கதவைத் தட்ட, அவன் திறந்துகொண்டு வெளியில் வர, அவன் மார்பில் சுப்பம்மா குத்துக் கத்தியைப் பாய்ச்சுகின்றாள். சுதரிசனின் ஆவி பிரிகின்றது. அந்த நேரத்தில் ஒருபுறம் ஒதுங்கியிருந்த குப்புவும் முருகியும் செங்கானின் கொடுவாளால் செத்தொழிகின்றனர்.

துயரம் தாங்காத சுப்பம்மா "அத்தான், அத்தான்" என்று கூவிய வண்ணம் கோட்டையிற் புகுகின்றாள்; பயன் இல்லை; வாளா திரும்புகின்றாள். செங்கானும் சுப்பம்மாவும் ஓர் ஆலின் நிழலில் தங்கியுள்ளனர் - திம்மனைப் பார்க்கும் ஆசையால், இந்நிலையில் கொலைச் செய்தி பரவுகின்றது. தேசிங்கு கோட்டையினின்றும் வெளிப்போந்து சுதரிசனின் உடலருகில் நின்றுகொண்டு அங்குக் குழுமியிருந்த கூட்ட மக்களை, நோக்கி "இது யார் செய்த வேலை?" என்று உசாவுகின்றான். அங்கு இருந்த இரஞ்சித் சிங்கு தனக்குத் தெரிந்தவற்றைக் கூறுகின்றான். "எங்கே அந்தத் திம்மன் பெண்டாட்டி" "எங்கே அந்தத் திம்மன்" என்று அதிர, "நான் தான்" என்று கூறிக் கொண்டு எதிர் வருகின்றான் திம்மன்.

"திம்மனைப் பிணித்து இழுத்துக்கொண்டே சென்று "சுப்பம்மாவைக் காட்டச் சொல்லுங்கள்; நீங்களும் தேடுங்கள்" என்று மன்னன் ஆணையிடுகின்றான். சிப்பாய்கள் அவ்வாறே கூட்டிச் செல்லுகின்றனர். செங்கானும் சுப்பம்மாவும் சிப்பாய்களைக் கொன்று திம்மனை மீட்கின்றனர். சுப்பம்மா நடந்தவற்றைக் கூறி, "நான் சாகின்றேன், நீர் நலமாக இல்லம் ஏகுமின்" என்று சொல்லித் திம்மனைக் காக்கின்றாள். இருவரும் அருகிலிருந்த ஓர் ஆலமரத்தின்மீது உட்கார்ந்த நிலையில் இறப்பை எதிர்பார்த்து வரவேற்பும் வாழ்த்தும் கூறிப் பாடிக் கொண்டுள்ளனர். செங்கான் வேவு தேடுபவர் கூட்டம் வருகின்றதா என்று வேவு பார்க்கின்றான்.

சில சிப்பாய்கள் வந்து அதே ஆலமரத்தடியில் தங்குகின்றனர். "நாம் திம்மனையும் சுப்பம்மாவையும் சுறுசுறுப்புடன் தேடுகின்றோமோ! அல்லது ஏனோ தானோ என்றிருக்கின்றோமோ? என்று மேற்பார்வை பார்க்கத் தேசிங்கு அரசரே வரக் கூடும்" என்று அவர்கள் பேசிக்

கொள்ளுகின்றனர். அது போலவே ஒரு கூட்டம் வருகின்றது. இங்கிருந்த மூவரும் அக்கூட்டத்தில் பாய்கின்றனர். கூட்டத்தின் தலைவன் மாள்கின்றான். மற்றும் பலருக்கும் அதே கதி தான். ஆனால் திம்மனும் உயிர் துறக்கின்றான். சுப்பம்மா பிடிபடுகின்றாள்.

சுப்பம்மா தேசிங்கின் அவை நடுவில் நிறுத்தப்படுகின்றாள். சுவையான சொற்போர் நடைபெறுகின்றது - தேசிங்குக்கும் சுப்பம்மாவுக்கும். பின்னர் தேசிங்கு தீர்ப்பைச் சொல்லுகின்றான்; "எல்லோரும் பார்க்க இவளைப் பொது நிலத்தில் நிறுத்தி இவளுள்ளம் துடிக்குமாறு ஒரு கையை வெட்டுக; மறுநாட் காலை ஒரு மார்பை வெட்டுக; மூன்றாம் நாளில் முதுகினில் சதையைக் கிழித்திடுக; பின்னர் மூக்கறுக்க; காதுகள் பின்பு; ஒரு கை பின்பு; இடையிடையே கொதி நீரை அவள் மேனியில் தெளித்திடுக; இடைநேரத்தில் குதிகாலைக் கொளுத்துக; விட்டுவிட்டு வதை புரிக" என்பது தீர்ப்பு.

இதனைக் கேட்டாள் தமிழ் மறத்தி. அவள் குரல் வளையின் கீழ் நோக்கி மூச்சை இறுக்குகின்றாள். நின்றிருந்த பெருமாட்டி நிலத்தில் சாய்கின்றாள். நெடுவாழ்வின் பெரும்புகழை சாவில் நடுகின்றாள். அவையினர் அச்சத்தையும் வியப்பையும் தழுவுகின்றனர். பெருமன்னன் நடுக்கமுறும் புதுமை காண்கின்றனர் பொதுமக்கள். தேசிங்கிற்கும் பேச்சில்லை. இரக்கம் அவனை ஆட்கொள்ளுகின்றது. அன்பை நோக்கி "ஆச்சியே எனக்கருள்வாய்! என்று கேட்கின்றான். "அறமே வா" என்று அழைக்கின்றது அவள் குரல்". அவன் ஆவியும் பிரிகின்றது.

5. குறிஞ்சித் திட்டு

கடல் கொண்ட குமரி நாட்டில் கடல் கொள்ளாப் பகுதி 'குறிஞ்சித் திட்டு.' இது எல்லாவித வளங்களும் நலங்களும் கொண்ட ஒரு சிறந்த நாடு;

பிறர் நாட்டைப் பிடித்துத் தாமே
பிழைக்கும்தீ யார்வி ழிக்கு
மறைவாக நடுக்க டற்கண்
மற்றிந்தக் குறிஞ்சி நாட்டை
நிறைநாட்கள் வாழும் வண்ணம்
நிறுவினாள் இயற்கை அன்னை![20]

20. கு.தி. பிரிவு-1

என்பார் பாவேந்தர். இங்கு மதமில்லை; மதம் பெற்ற சாதி இல்லை; கோயில் இல்லை; மக்கள் நெஞ்சில் கொதிப்பில்லை; பொதுப் பணத்தைக் கொள்ளை கொள்ளும் கயவர்கள் இல்லை. வேற்றுவர் படையெடுப்பு நிகழ்ந்ததில்லை. தமிழ் ஒழுக்கத்தை மாற்றப் பிறர் அங்கே வந்ததில்லை. எல்லாரும் உள்ளவர் ஆதலாலே இரப்பவர் எவரும் இல்லை. இப்படிப்பட்ட நலஞ்செறிந்த நாடு குறிஞ்சித் திட்டு, இதனை நயனுற ஆண்ட மன்னர் நாலாயிரத்தவர். ஒரு சமயம் குறைவில்லா குறிஞ்சி நாட்டிற்கு குலத்தைக் கெடுக்கும் கோடறிக் காம்பாய், முத்தமிழ் நெறிபிழைப்பானாய், ஆட்சிப் பொறுப்பிற்கு வருகின்றான் திரையமன்னன் என்பான்.

வழக்கத்திற்கு மாறாக, திரையன் அயல்நாடு சென்று திரும்புகின்றான். அவன் வரும் கப்பலை எதிர்நோக்கி அமைச்சன் அறிவழகன், படைத்தலைவன் சேந்தன் உட்படப் பலர் வழிமேல் விழி வைத்துக் காத்திருக்கின்றனர். இச்சமயம் படைத்தலைவன் சேந்தனும், அமைச்சன் அறிவழகனும் மழையின்மையாலும், தொழில்கள் நடைபெறாமையாலும், விலைவாசி ஏற்றத்தாலும் சீர்கேடடைந்த நாட்டின் நிலைமையைப்பற்றி எடுத்துரைக்கின்றனர். மன்னி மல்லிகையும்[21] நாடோறும் கடற்கரைக்கு வந்து நொந்து நொந்து நோயுற்றதனால் அன்று வரவும் இயலாத நிலையை எய்துகின்றார். இவ்வமயம் தாழப் பறந்த புறாக்களில் ஒன்றன் காலில் கட்டியிருந்த அஞ்சலில் "அன்பரீர் குறிஞ்சித் திட்டை அடைந்ததென் கப்பல்" என்ற செய்தி இருந்தது. அனைவரும் மகிழ்ச்சிக் கடலில் மிதக்கின்றனர்.

சென்னையிலிருந்து வந்த கப்பலில் அரசனுடன் அரசனின் காதலி விநோதை (ஆணுருவத்துடன்), சிவானந்தர், சிவசம்பந்தர்,[22] திருமாலடியார், மடத்தலைவர், அம்புயம் (பெண்) முதலியோர் வருகின்றனர். அரசனும் அமைச்சனும் நாட்டு நலம் விசாரித்துக் கொள்ளுகின்றனர். மக்கள் யாவரும் வாய்கட்டி மனத்துள் திட்டிப்

21. மன்னி - அரசி; மன்னன் என்பதற்குப் பெண்பால் என்ற பொருளில் ஆளுகின்றார் கவிஞர்.
22. சிவானந்தர், சிவசம்பந்தர் - இவர்கள் சென்னைக் கடற்கரையில் விநோதையை அரசனுக்குத் தொடர்பு படுத்தியவர்கள்.

பிரிந்து செல்லுகின்றனர். வழியில் அரண்மனை இருந்தும் அங்கு ஏகாமல் வந்தவர்களை வண்டியில் ஏற்றிக்கொண்டு அரசன் தரும இல்லம் அடைகின்றான். அரசி மல்லிகையின் தோழி தாமரை, வண்டி அரண்மனைக்கு வரும் என்று எதிர்பார்த்து ஏமாந்து திரும்பிச் சென்று அரசியிடம் அரசன் தரும இல்லம் அடைந்ததைச் செப்புகின்றாள். அரசனும் விநோதையும் ஊடலும் கூடலுமாக இன்ப விளையாட்டில் பொழுதுபோக்கிக் கொண்டிருக்கும்பொழுது அரண்மனைப் பணியாள் சில்லிமூக்கன் அங்கு வருகின்றான். அவன் வருகை சிவபூசையில் கரடி புகுந்தமாதிரி ஆய்விடுகின்றது. சில்லி மூலம் அரசனுக்கு ஒரு மனைவியும் மகனும் உண்டு என்பதையும், மகன் தாய்மாமனும் (மன்னியின் அண்ணன்) விளாமாவட்டத்தின் சிற்றரசனுமான திண்ணனது இல்லத்தில் எண்ணிலாக் கலை பயின்று வருவதையும் விநோதை அறிந்து கொள்ளுகின்றாள்.

மன்னன் செயலைப் பொறுக்காமல் மன்னி தற்கொலை செய்து கொள்ளுகின்றாள். இச்செய்தி கேட்டு திண்ணனும் இளந்திரையனும் (அரசனின் மகன்) புறப்பட்டு வரும்போது விநோதையும் அவளுடைய தோழி அம்புயமும் வெள்ளாடை புனைந்துகொண்டு அவர்களை ஏமாற்றி நஞ்சூட்டிக் கொன்று விடுகின்றனர். அரசனும் விநோதையும் வாழும் தரும இல்லம் கேளிக்கை, ஒழுக்கக்கேடு இவற்றின் கோட்டையாக மாறுகின்றது. சமய நம்பிக்கையையும் தெய்வ நம்பிக்கையையும் மக்களிடம் ஊட்டும் முயற்சியில் ஈடுபடுகின்றாள். இதில் எத்தனையோ சூழ்ச்சிகள்; தில்லுமுல்லுகள். இவற்றிற்கு விநோதையுடன் வந்த மடத்தலைவர், சிவானந்தர், திருமாலடியார், சிவசம்பந்தர் ஆகியோர் அவரவர் வழியில் துணைபுரிகின்றனர். அரசில் நிதி நெருக்கடி ஏற்படுகின்றது; ஆட்சிமுறை சீர்கேடடைகின்றது. தரும இல்லத்தில் நடைபெறும் அத்தனை அட்டூழியங்கட்கும் சில்லிமூக்கன் என்ற அரண்மனைப் பணியாள் துணைபோகின்றான். அரசன் சென்னையிலிருந்து கொணர்ந்த விநோதை "வடநாட்டில் பலர் முகர்ந்த மல்லிகைப்பூ; வழிப்போக்கர் உமிழ் வட்டில் சென்னை நகரில்" என்று சில்லியின் வாயில் வைத்துப் பேசுகின்றார் கவிஞர். "ஆவதும் பெண்ணாலே; அழிவதும்

பெண்ணாலே" என்பது மக்கள் வாயில் அடிக்கடி பேசப்பெறும் பொன்மொழி. இங்கு விநோதை வரவால் குறிஞ்சித்திட்டு பல்லாற்றானும் சீர்கேடடைகின்றது. செழியன் என்னும் படைத் தலைவன் சேந்தனின் நண்பன். சில்லியின் உதவியால் விநோதையின் வலையில் வீழ்கின்றான்; அவளிடம் இன்பந் துய்க்கின்றான்; திருமணமும் செய்துகொள்ளுகின்றான்; இறுதியில் கடலில் வீழ்ந்து அழிகின்றான். சேந்தனிடம் விநோதை வீசின வலை கிழிந்து போகின்றது; அரசனிடம் அவன்மீது கோள்மூட்டி அவனைத் தானாகத் தீயில் வீழ்ந்து அழியச் செய்கின்றாள் (கொலை தண்டனை). சில்லியின் மகன் தங்கவேலை வலியப் புணர்ந்து தன் ஆசையைத் தீர்த்துக்கொண்டு நஞ்சூட்டி அவனைத் தீர்த்துக் கட்டுகின்றாள். மன்னன் விநோதையின் கற்பைப்பற்றி ஐயுறுகின்றான். தம்பிரானை வசப்படுத்த முனைந்து, அவனும் அவளைத் துய்க்க முயன்றபோது, தாமரை என்னும் அரசமாதேவியால் கொலை செய்யப்படுகின்றாள். கடற்கரையிலுள்ள திருக்கோயிலைத் திறந்தபோது அவளது பிணம் காணப்படுகின்றது. அவளை மாய்க்க நினைத்தான் மன்னன். ஆனால் அவள் வேறு விதமாக மாய்கின்றாள். இப்போது அமைச்சன் அறிவழகன் அரசனிடம் இதுகாறும் இழைத்த தவறுகளைப் பிட்டுப்பிட்டு வைக்கின்றான். அரசன் திரையன் தன் தவறுகளை உணர்ந்ததும் உயிர் தானாகப் பிரிந்து போகின்றது. புன்றொழில் சிவ சம்பந்தன் முதலியோர் சிறைக்கு அனுப்பப் பெறுகின்றனர். மக்கள் தலைவர்களில் ஒருவன் முடியாட்சியின் முறைகேடுகளை எடுத்துக் கூற, மக்கள் குடியாட்சிக்கு வழி வகுக்கின்றனர். இந்த ஆட்சியில் அல்லன அழித்தல், செல்வம் நாட்டிற்குச் சேர்த்தல், செந்தமிழ் காத்தல் மதம், சாதி முறை நீங்கின அரசு அமைத்தல் போன்ற குறிக்கோளுடன் குடியாட்சி அரசு அமைகின்றது. இஃது ஒரு "துயரக் காப்பியம்".

இயல் -3

கதைக்கரு

கதிர் நாட்டின் மன்னன் கதிரை வேலன்; அரசமாதேவி கண்ணுக்கினியாள். (பாண்டியன் பரிசு) இவளது அண்ணன் நரிக்கண்ணன் அண்டை நாடான வேழ நாட்டின் படைத்தலைவன்; சேனாதிபதி. நரிக்கண்ணன் சூழ்ச்சியால் வேழநாட்டான் கதிர் நாட்டின்மீது தண்டெடுத்து வருகின்றான். கதிர் நாட்டரசனை ஒழித்துக் கட்டி கதிர் நாட்டைத் தான் ஆள வேண்டும் என்பது நரிக் கண்ணனின் திட்டம். இரு நாட்டின் படைகளும் போரிடுகின்றன. கதிர்நாடு வீழ்ச்சியடைகின்றது. கதிரை வேலனும் வேழநாட்டரசனும் அரண்மனைக்குள் தனிப்போர் புரிகின்றனர். வஞ்சக நரிக்கண்ணன் முக மூடியும் கறுப்புடையும் அணிந்து கதிரை வேல் மன்னனைப் பின்னிருந்து ஈட்டி எய்து கொன்று விடுகின்றான். பின்னர் அண்ணன் நரிக்கண்ணனைக் கொல்வதாகச் சூளுரைத்துப் போர்க்கோலம் பூண்டுவந்த அரசமாதேவியும் நரிக்கண்ணனின் வாளுக்கு இரையாகின்றாள்.

வீரப்பன் கள்வர் தலைவன். இவன் மனைவி ஆத்தாள் கணவனின் தீச்செயலைப் பொறுக்காமல் அவனைக் கைவிட்டுத் தன் மகன் வேலனுடன் தனிக்குடிசையில் வாழ்ந்து வருகின்றாள். சீனி என்னும் கணக்காயனிடம் வேலன் கல்வி கற்று வருகின்றான். சீனியின் பரிந்துரையால் ஆத்தாள் அரண்மனையில் பணிப்பெண் வேலையிலமர்ந்து கதிர்நாட்டரசனின் மகள் அன்னத்தின் வளர்ப்புத் தாயாகின்றாள். போர் நடைபெற்றுக்கொண்டிருக்கும்போது ஆத்தாள் அன்னத்தை நிலவறை வழியாகக் கடத்திச் சென்று அவளைக் காக்கின்றாள்.

அன்னத்தைக் கொல்வதற்காக நரிக்கண்ணன் அலைந்து திரிகின்றான். அரண்மனைக்குள் கதிர்நாட்டு உரிமைப் பட்டயம் அடங்கிய **'பாண்டியன் பரிசு என்னும் பொற்பேழை'** நரிக்கண்ணனின் கைக்குக் கிட்டுகின்றது. அதை அவன் தன்

ஆளிடம் தந்து தன் தேர்ப்பாகனிடம் சேர்க்குமாறு பணிக்கின்றான். மறவர்களில் ஒருவனாக மாறுவேடம் பூண்டிருந்த வீரப்பன் கைக்கு ஆள்மாறாட்டத்தால் கிடைக்கவே அதனை அவன் எங்கோ மறைத்து விடுகின்றான்.

அன்னத்தையும் ஆத்தாளையும் கொன்றொழிக்க நரிக் கண்ணனின் ஆட்கள் அன்னமும் ஆத்தாளும் தங்கியிருக்கும் புல்லூர்க் குடிசையைச் சூழ்கின்றனர். கணக்காயனால் ஏவப்பெற்ற வேலனும் அவனுக்குத் துணையாக வந்த வீரர்களும் நரிக்கண்ணனின் ஆட்கள்மீது பாய்கின்றனர்; அவர்களைக் குலை நடுங்க வைக்கின்றனர். ஆத்தாளும் அன்னமும் தங்கள் உருவை மாற்றிக்கொண்டு குடிசையை விட்டுத் தப்பி வெளியேறுகின்றனர். கணக்காயனின் இல்லத்திற்கு வருகின்றனர். கணக்காயனும் அவர்களும் மாற்றுடை புனைந்துகொண்டு நரிக்கண்ணனின் வஞ்சகச் செயலை வேழநாட்டரசனுக்கு உணர்த்துவதற்காக அரண்மனைக்குத் தென்புறத்தில் தங்கியிருந்த திருமன்றை நோக்கி வருகின்றனர்.

நரிக்கண்ணன் வேழமன்னனிடம் பல பொய் மூட்டைகளை அவிழ்த்து நீலிக் கண்ணீர் வடித்து நல்லவனைப்போல் நடித்து மன்னனை நம்ப வைக்கின்றான். இந்த நாடு தன் முன்னோருடையது என்பதற்குப் பொய் வரலாற்றைக் கூறி மேலும் அவன் மனத்தைக் குழப்பி அவனை அதில் நம்ப வைக்கின்றான். அரசனும் முரசறைவித்து அவனுக்குக் கதிர்நாட்டின் அரசனாகத் திருமுடியும் சூட்டி விடுகின்றான்.

இவ்வாறு முடிசூட்டிய அரசன், அமைச்சர், படைத்தலைவர்கள் சூழ அரண்மனையின் பொதுமண்டபத்தில் மகிழ்ந்திருக்கையில் கணக்காயன் முதலியோர் அம்மண்டபத்திற்கு வருகின்றனர். முழு உண்மையையும் அரசனுக்கு விளக்குகின்றனர். ஆத்தாள் தான் மாறுவேடத்துடனிருந்து நடைபெற்ற அனைத்தையும் தோலுரித்துக் காட்டுகின்றாள். தன் மாற்றுருவத்தையும் அன்னத்தின் மாற்றுருவத்தையும் களைந்து அனைத்தையும் தெளிவாக்குகின்றாள். யாவற்றையும் தெளிவாக அறிந்த வேழமன்னன் நடைபெற்ற

கொடுமைகளுக்கு வருந்துகின்றான். இனி அவர்கட்கு ஒரு தீமையுமின்றிக் காப்பதாக உறுதியும் அளிக்கின்றான். அன்னம் பாண்டியன் பரிசின் விவரத்தை அடையாளத்துடன் கூறி அதனைத் தேடித் தருமாறு அரசனை வேண்டுகின்றாள்.

அரசன் உதவியால் அரண்மனையில் பாண்டியன் பரிசு தேடப்படுகின்றது. ஆத்தாளும் அன்னமும் மாறுவேடத்துடனே தேடுவோரைப் பின்தொடர்கின்றனர். 'ஆளி' என்பான் படைவீரர்களுடன் அரண்மனையெங்கும் தேடி 'பேழை கிடைக்கவில்லை' என்று கைவிரிக்கின்றான். பேழை தேடும் முயற்சியில் பல்வேறு நிகழ்ச்சிகள் நடைபெறுகின்றன. பேழை தேடும்போது ஒருவரும் வெளியேறக் கூடாது என்பது அரசனது ஆணை. மாறுவேடத்துடன் தேடுவோரில் ஒருவனாக இருந்த வீரப்பன் அரண்மனையை விட்டு வெளியேற முயலும்போது ஆத்தாள் அவனைத் துரத்திச் சென்று அவனது கணுக்காலை வெட்டுகின்றாள். அவனும் அவளது இடக்கையை வெட்டி வீழ்த்துகின்றான். அருகருகே வீழ்ந்த இருவரும் புலம்பும்பொழுது ஒருவரையொருவர் அறிகின்றனர். "பிரிந்தவர் கூடினால் பேசவும் வேண்டுமோ?" இருவரும் நகர்ந்து தனியிடம் சென்று உரையாடுகின்றனர். பாண்டியன் பரிசு குழப்பம் தீரும்வரை அது மறைவாகவே இருக்க வேண்டும் என்றும், குழப்பம் தீர்ந்தவுடன் அதனை அன்னத்திடம் ஒப்படைக்கலாம் என்றும் கூறுகின்றான் வீரப்பன். தன் கணவன் தன் தீச்செயலைக் கைவிட்டு நற்செயலில் ஈடுபட்டிருப்பதைக் கண்டு மகிழ்கின்றாள் ஆத்தாள். வீரப்பன் தன் மகன் வேலனையும் அன்னத்தையும் காண முடியா நிலைக்கு வருந்துகின்றான். இருவரும் தங்களின் வெட்டுண்ட நிலைக்கு வருந்துகின்றனர். இருவரும் சிறிது நேரத்தில் அங்கிருந்து தப்பிச் செல்லுகின்றனர்.

வேழமன்னன் நரிக்கண்ணனை அழைத்து அவனது அடாத செயல்களைக் கண்டிக்கின்றான். அன்னத்தையும் ஆத்தாளையும் தீர்த்துக்கட்டும் திட்டத்தையும் கடிந்து பாண்டியன் பரிசையும் திருடிவிட்டதாகக் குற்றம் சாற்றுகின்றான். நரிக்கண்ணன் மீண்டும் பல பொய்களைக் கூறி நடித்து தான் ஏதும் அறியாதவன் என்றும்

கன்னத்தை நகம் கீறிடாது என்றும் கூறி தன் மகன் பொன்னப்பனுக்கு அவனது அத்தை மகள் அன்னத்தை மணம் செய்வித்துக் கதிர்நாட்டை அவர்களிடம் ஒப்படைக்கும்படி வேண்டுகின்றான். மன்னன் அன்னத்தின் விருப்பத்தைக் கேட்க, அவள் தனக்குரிய பாண்டியன் பரிசைத் தேடித் தருவோரைத்தான் தான் மணப்பதாக உறுதி மொழிகின்றாள். மேலும் தனக்குப் பாதுகாப்பு அளிக்குமாறும் வேண்டுகின்றாள். வேழ நாட்டரசனும் அவளுக்குப் பாதுகாப்பளித்து அன்னத்தின் எண்ணத்தை முரசறைவித்து நாட்டுமக்களுக்கு அறிவிக்கின்றான்.

ஒருநாள் நிலவெரிக்கும் இரவினில் அன்னம், நீலி என்னும் தன் தோழியிடம் தன் துயரங்களை மொழிகின்றாள். தனக்காக வீரப்பனின் கணுக்காலும், ஆத்தாளின் கையும் வெட்டுண்ட நிலைகளைக் கூறி வருந்துகின்றாள். வேலனைத் தான் நேரில் பார்த்தறியாவிட்டாலும், தான் கேட்ட அவனது தன்னலமற்ற வீரச் செயல்களையும், பொதுநலத்திற்காகப் போரிட்டு நெற்றியில் ஊறுபட்ட செய்தியையும், பாண்டியன் பரிசு கிடைக்காததையும் கூறி வருந்துகின்றாள். நீலி தான் வீரப்பனைக் கண்டதாகவும் தன் நோயும், ஆத்தாளின் நோயும் தீர்ந்த பிறகு அன்னத்திற்கு நல்ல வழி பிறக்கும் என்று கூறியதையும் தெரிவித்து அவளை ஆற்றுவிக்கின்றாள். "பெரியோர் வாக்கு பலிக்கும்" என்று அமைதியுறுகின்றாள் அன்னம்.

நீலியும் அன்னமும் பேசிக்கொண்டிருக்கும்போது நரிக்கண்ணனின் மகன் பொன்னப்பன் அங்கு வருகின்றான். அன்னத்தின்மீது மோகங்கொண்டு பொருத்தமற்ற காதல் கிறுக்கு மொழிகள் பல பேசி அப்பெண்கள் இருவருக்கும் நகைச்சுவை விருந்தளிக்கின்றான். பேசிக்கொண்டே வெள்ளை விழிகாட்டி உடல் துவண்டு உட்கார்ந்து மெதுவாகப் படுத்துக் குறட்டையும் விடுகின்றான். தமோகுணத்திற்கும் அறிவின்மைக்கும் எடுத்துக்காட்டாகத் திகழ்பவன் இவன். நீலி அவன்மீது இரக்க முறுகின்றாள். பின்னர் இருவரும் நிலா முற்றத்தை விட்டு நீங்குகின்றனர்.

அதே இரவில் நரிக்கண்ணனும் அவனுடைய அமைச்சனும் தனித்து உரையாடுகின்றனர். அன்னத்தைப்பற்றிய எண்ணமே அவன் மனத்தில் திகிலை ஏற்படுத்துகின்றது. "வேழத்தானிடம் பட்டயத்தைக் காட்டி ஆட்சி பெற்று வெள்ளெருக்கை என் வீட்டில் வளர்க்க அன்றோ ஆழத்தில் உழுகின்றாள்" என்று நரிக்கண்ணன் அமைச்சனிடம் சொல்லுகின்றான். பாண்டியன் பரிசைக் கவர்ந்து சென்ற கள்வன், கள்வர்கள் வாழும் தென்மலையில்தான் எங்கேனும் புதைத்து வைத்திருக்க வேண்டும் என்றும், பகைவர்கள் அங்குச் சென்று அதைத் தேடாவண்ணம் பூதச் செய்தியைப் பரப்பிவிட்டு எவரும் அங்கு வராமல் செய்து தன் ஆட்கள் மட்டும் அதைத் தேடும் படியாகச் செய்ய வேண்டும் என்றும் நரிக்கண்ணன் தன் சூழ்ச்சியை உரைக்கின்றான்.

மறுநாள் அதிகாலையில் நரிக்கண்ணனின் ஆள் "எட்டி" என்பான் பூத வேடமிட்டு தென்மலை மீதேறிப் பெருங்கூச்சலிடுகின்றான். கண்டாரும் கேட்டாரும் அஞ்சி நிலைகுலைந்து நாலாபக்கமும் ஓடுகின்றனர். பூதச் செய்தி நகரெங்கும் பரவுகின்றது. பாண்டியன் பரிசைத் தேடும் பணியில் பொதுமக்கள் ஈடுபடவில்லை. நரிக்கண்ணனின் ஆட்கள் அதைத் தேடும் பணியில் ஈடுபடுகின்றனர். நரிக்கண்ணனின் அமைச்சன் மகனாகிய நீலனும் பேழையைத் தேடத் தொடங்குகின்றான். அவனுக்கு அன்னத்தின் மீது ஒரு கண் உள்ளது. சீனியும் (கணக்காயன்) நரிக்கண்ணனின் வஞ்சத்தை வீழ்த்த தம் ஆட்களை ஏவிக் குறித்த இடங்களில் தேடச் செய்கின்றார்.

அன்னம் தான் இழந்த பெற்றோரையும் நாட்டு நிலைமையையும் எண்ணித் துயரத்தில் ஆழ்ந்திருக்கின்றாள். அன்னத்தின் துயரத்தைக் குறைக்கக் கருதிச் செய்யாற்றில் ஓடம் விட்டு நீந்திக் களிக்க தோழி நீலி அன்னத்தை அழைத்துச் செல்லுகின்றாள். அவர்கள் மாலை வானத்தின் இயற்கை எழிலைக் கண்டு களித்த வண்ணம் படகில் சென்றுகொண்டிருக்கின்றனர். மேற்குத் திசையில் எங்கோ திடீரென வானம் இருண்டு மின்னி இடித்துப் பெருமழை பெய்து ஆற்றில் வெள்ளம் பெருக்கெடுக்கின்றது. படகு வெள்ளத்தில் சிக்கித் தவிக்க, படகிலுள்ள பெண்கள் கூச்சலிடுகின்றனர்.

எதிர்க்கரையில் குடிசையிலிருந்த வேலன் விரைந்து வெள்ளத்தில் நீந்தி ஓடத்தைக் கரையில் சேர்த்து மகளிர் இருவரையும் காப்பாற்றுகின்றான். அகத்திணையில் இது "புனல்தரு புணர்ச்சி"போல் அமைகின்றது. அவர்கள் அன்னமும் நீலியுமாக இருப்பதை அறிந்த ஆத்தாள் அவர்களை மயக்கந் தெளிவித்து உடைமாற்றி வேண்டிய உதவிகளைச் செய்கின்றாள். அன்னத்தையும் வேலனையும் ஒருவருக்கொருவராக அறிமுகம் செய்துவைக்கின்றாள்.

அன்னம்-வேலன் அன்புப் பேச்சுகள் நடைபெறுகின்றன. தன்னலம் துறந்து பிறர்நலம் பேணும் பெற்றியுடையவனாகத் தன்னைப் புலப்படுத்திக் கொள்ளுகின்றான் வேலன். பொது நலத்திற்காக உயிரையும் விடத் தயாராக இருப்பதாகவும் கூறுகின்றான். அன்னம் பாண்டியன் பரிசின் அடையாளம் கூறி அதனைத் தேடித்தருமாறு வேண்ட அவனும் "பேழையினைக் கொண்டு வந்து தருவேன்; அன்றிப் பேருலகில் உயிர்வாழேன்" என்று தன் மன உறுதியைப் புலப்படுத்திக் கொள்ளுகின்றான். ஆத்தாளின் இடக்கை இழப்புக்கும் வீரப்பன் கணுக்கால் இழப்புக்கும் வருந்துகின்றாள் அன்னம்.

நரிக்கண்ணனின் அமைச்சன் மகன் "நீலன்" என்பான் அருஞ்சூழ்ச்சி செய்வதிலே மிகக் கைக்காரன். பாண்டியன் பரிசு மூலம் அன்னத்தையும் கதிர் நாட்டையும் பெறும் ஆசையால் தூண்டப் பெற்றுத் தானும் பேழையைத் தேடுவதில் மும்முரமாக ஈடுபடுகின்றான். அவன் தன் காதலி நீலியிடம் வந்து பல பசப்பு மொழிகளைப் பகர்ந்து தான் அவளைக் காதலிப்பதாகவும், அன்னத்திற்கு நன்மை செய்ய விரும்புவதாகவும் மாயப் பொய் பல பேசி அவற்றை நம்பிய நீலியிடம் சில செய்திகளை அறிந்து மீளுகின்றான்.

நரிக்கண்ணனின் ஆட்கள் கள்வர்கள் தங்கியிருக்கும் தென்மலை, அதனைச் சூழ்ந்த காடு, மேடு எல்லாம் தோண்டித் தோண்டிப் பேழையைத் தேடுகின்றனர். நரிக்கண்ணனும் இச்செயல்களை மேற்பார்வையிட்டும் பெரியோரை அதட்டிக் கேட்டுக் கொண்டும் பெருமக்களை உளம் வருத்தியும் திரிகின்றான். தோழன் ஒருவன் யோசனைப்படி வீரப்பன் "அஞ்சவைக்கும் பூதத்தை

அஞ்சவைக்க அஞ்சாறு பூதத்தை" அனுப்பி வைக்கின்றான். நரிக்கண்ணனும் அவனது ஆட்களும் பெரும் பூதத்தைக் கண்டு அதனை உண்மைப் பூதம் என நம்பி நாலா பக்கமும் அஞ்சி ஓடுகின்றனர். ஓடும் திசையெல்லாம், காணும் இடங்கள்தோறும் பெரும்பூதங்கள்! அரண்மனைக்குள்ளும் இதே நிலைதான்! மக்கள் அரண்மனையை விட்டும் நகரை விட்டும் கால்கடுக்க ஓடுகின்றனர்!

அன்னமும் வேலனும் அரண்மனைக்குள் நுழைந்து பேழையைத் தேடுகின்றனர். கொஞ்சும் காதல் மொழி பேசி மகிழ்கின்றனர். துறவியாரின் உதவியால் பேழை கிட்டும் என்றும் நம்புகின்றனர். துறவியும் வந்து சேர்கின்றார். மற்றவரைப் புறம் போக்கி வேலன் காதில் வாய்மலரை ஒற்றி ஏதோ நற்செய்தியைக் கூறுகின்றார்.

நீலன் மீண்டும் தன் காதலி நீலியைச் சந்தித்து வஞ்சித்துத் துய்த்துப் பெரும் பூத வரலாற்றை அறிந்து கொள்ளுகின்றான். அஞ்சியோடித் தங்கியிருந்த ஆனையூர் பள்ளிக்குச் சென்று "நரிக்கண்ணனிடம் பெரும்பூதச் செய்தி ஏமாற்றுவித்தை என விளக்குகின்றான். அவன் யோசனைப்படி அன்றிரவு அனைவரும் பூத உருவ வேடமிட்டு அரண்மனைக்கு ஏகுகின்றனர். மீண்டும் திரும்பி வந்து வேலன் - அன்னம் - துறவியார் முதலியோரிடம் நரிக்கண்ணனின் ஆட்கள் பூத வேடமிட்டு வரும் செய்தியை வத்தி வைக்கின்றான். துறவியார் அவன் தந்தையைக் கொல்லாதிருக்கும் பொருட்டு சிலரின் அடையாளம் கேட்க, தன் தந்தை இடக்கையில் வேப்பிலை வைத்திருப்பான் என்றும் நரிக்கண்ணன் தலையில் மாம்பூ இருக்கும் என்றும் அடையாளம் கூறி நடைகட்டுகின்றான்.

அன்னத்தின் ஆட்கள் துறவியின் யோசனைப்படிச் செயற்படுகின்றனர். அன்னமும் வேலனும் பம்பரம்போல் சுழன்று செயற்படுகின்றனர். "பிறந்தது விடுதலை நாள்! பிறந்ததின்பம்!" என்று வீரர்கள் ஆர்ப்பரிக்கின்றனர். கணக்காயரும் அவரிடம் கற்பாரும், வீரப்பனும் அவன் தோழர்களும் வந்து சேர்கின்றனர். நாட்டில் அன்பு சுரக்கும் மறவர் எல்லாம் "பணிக்காக உயிர்" என்று கொதித்து வருகின்றனர். அன்னம் வேழமன்னனைச் சந்தித்து அரண்மனைக்குள் நரிக்கண்ணன் ஆட்கள் பூதமாக வருவதைத்

தெரிவித்துத் தமக்குக் காப்பளிக்குமாறு வேண்டுகின்றாள். மன்னனும் தன்னால் இயன்றவற்றையெல்லாம் செய்து உதவுவதாக உறுதியளிக்கின்றான். இதனைக் கேட்ட துறவியார் மகிழ்வு கொள்ளுகின்றார். வீரர்கள் வேலன் தலைமையில் பூதங்களை எதிர்க்கத் தயார் நிலையில் உள்ளனர்.

குறிப்பிட்ட இரவு பூதங்கள் அரண்மனைக்குள் புகுந்து ஆர்ப்பரிக்கின்றன. அன்னத்தின் வாள், தலையில் மாம்பூ அணிந்திருந்த நரிக்கண்ணன் பூதத்தை வெட்டி வீழ்த்துகின்றது. வேலனும் ஏனையோரும் வேப்பிலை பூதத்தை விட்டு எல்லாப் பூதங்களையும் கொன்று குவிக்கின்றனர். வேலன் யோசனைப்படி "பூதப்பிணங்கள்" வரிசையாக அடுக்கி வைக்கப் பெறுகின்றன. மறுநாள் நகரமக்கள் பிணங்களைக் கண்ணுறுகின்றனர். "பூதத்தின் இரகசியம்" தெளிவாகின்றது. வேழமன்னன் தன் படைத் தலைவனின் முடிவுக்குச் சிறிது வருந்தினாலும், அவனது வஞ்சகச் செயல் விளைவித்த முடிவே அது என்று மன அமைதியுறுகின்றான்.

பன்னாட்கள் கடந்தும் பேழை கிடைக்காமல் வேழ நாட்டரசன் தன் அமைச்சன் யோசனைப்படி ஏழெட்டு நாட்களுக்குள் பேழை கிட்டாதாயின் கதிர் நாட்டாட்சி 'மாழை' என்னும் தன் மருமகனுக்கு உரிமையாக்கப் பெறும் என முரசறைவிக்கின்றான். வேலன், அன்னம், ஆத்தாள், கணக்காயன் முதலியோர் இதனைக் கேட்டுக் கவலையில் ஆழ்கின்றனர். இன்னும் நான்கு நாட்களே உள்ளன. அவை கழிந்த பிறகு மறுநாள் வேலன் கையில் பாண்டியன் பரிசு சேர்க்கப்பெறும் எனத் துறவியார் அறிவிக்கின்றார். நீலனின் வஞ்சகத்தை அறியாத நீலி இச்செய்தியை நீலனுக்கு அறிவிக்கின்றாள். உடனே நீலன் தன் வீடடைந்து பேழையோடு வருபவரை எதிர்த்துப் பேழையைப் பறிக்குமாறு ஆணையிடுகின்றான் தன் ஆட்களுக்கு.

வேலன் பாண்டியன் பரிசுடன் குதிரைமேல் ஏறி வருகின்றான். கணக்காயன் மாணவர்களும், வேலப்பன் தோழர்களும் துணைக்காக அவனுடன் வருகின்றனர். நீலனது ஆட்கள் வேலனை எதிர்த்துப் பேழையைப் பறிக்க முயல்கின்றனர். இரு கூட்டத்தாரிடையே பலத்த மோதல் நேரிடுகின்றது. வேலன் தன் குதிரையுடன் இணைந்து பல

அற்புதச் செயல்களைச் செய்கின்றான். கணக்காயனும் அவனது மாணாக்கர்களும் எதிரிகளைப் பிணக்காடாக்குகின்றனர். வேழமன்னனுக்கும் நிலைமை எட்டுகின்றது. எவ்விடத்தும் தீங்கில்லை. நகர் காப்பாளர் எங்கெங்கும் வாள் பிடித்து நின்று கொண்டிருக்கின்றனர். இரவு நெருங்கிக் கொண்டிருக்கின்றது.

ஆத்தாளும் அன்னமும் துயர்க் கடலுள் மூழ்கிக் குடிசையில் படுத்திருக்கின்றனர். அதிகாலையில் எழுந்து பார்க்கும்போது அன்னம் படுக்கையில் காணப்படவில்லை. சின்னக்குடிலில் குருதி வெள்ளம் கண்டு திடுக்கிடுகின்றாள். அப்பொழுது நீலனின் தூண்டுதலால் நீலி அங்கு ஓடிவருகின்றாள். வந்தவள் அன்னம் கொல்லப்பட்டு இடுகாட்டில் பட்டுப்போன புன்னை மரத்தடியில் புதைக்கப்பட்டதாகக் கூறிச் "சொன்னபடி துடித்தழுது கீழே விழுந்து புரள்கின்றாள்." ஆத்தாளும் துயர்தாங்க முடியாமல் கீழே விழுந்து புரண்டு கதறுகின்றாள்.

இந்நிலையில் வேலன் பேழையுடன் அங்கு வருகின்றான். நிலைமை அவனுக்குத் தெளிவாகின்றது. பல்வேறு விதமாக அன்பு மொழிகளை நினைவு கூர்ந்து பேசிக் கதறியழுகின்றான். "வெண்ணிலவை எட்டிவிட்டேன் என்றிருந்தேன், விண்ணினின்று வீழ்ந்தேனே?" என்று கல் மனமும் உருகும் வண்ணம் தேம்பித் தேம்பி அழுகின்றான். இறுதியாகப் பிணத்தைத் தோண்டி எடுக்கின்றான். அருவருப்புடன் அப்பிணத்தைத் தூக்கியெறிந்து விட்டு அனைத்தையும் துறந்த முனிவர்போல், பட்டினத்தடிகளும் நாணும் வண்ணம், யாக்கை நிலையாமை பற்றியும், யாக்கையின் இழிநிலை பற்றியும் பேசுகின்றான்; பெண்ணுலகையும் பழித்துப் பேசுகின்றான்.

இவ்வாறு வேலன் பேசிக்கொண்டிருந்த நிலையில் அன்னம் பின்பக்கமாக நின்று பேசுகின்றாள். திரும்பி நோக்கிய வேலன் எல்லையற்ற வியப்பும் மகிழ்ச்சியும் அடைகின்றான். பாண்டியன் பரிசை இருகைகளாலும் சேர்த்துக் கொண்டுதர, அன்னமும் தன் பூங்கையால் வாங்கி முகத்தில் ஒற்றிக் கொள்ளுகின்றாள். "முடிந்தது சூள்; கடிமணம் தான் மிச்சம்" என்கின்றாள். வேலனும் அன்னமும்

தத்தம் முன் நிலையைச் சொல்லிப் பரிமாறிக் கொள்ளுகின்றனர். இருவரும் நீலனுடைய சூழ்ச்சியையும் அன்னம் இறந்ததாக வதந்தி பரப்பியதையும் அறிந்து கொள்ளுகின்றனர்.

அனைவரும் ஒன்று சேர்கின்றனர். திருடர் தலைவன் வீரப்பன் தான் துறவிக் கோலத்தில் வந்து பேழையினைக் கிடைக்கச் செய்ததை அனைவரும் அறிகின்றனர்; வேலனும் அன்னமும் துறவியாருக்கு நன்றி செலுத்துகின்றனர். வேழநாட்டரசன் முரசறைவித்து நாட்டு மக்கள் அனைவரையும் கூட்டுகின்றான். வேலன்-அன்னம் திருமண விழாவும், நாட்டாட்சித் திருமுடிசூடும் விழாவும் ஒருங்கே நடைபெறுகின்றன. நல்லோர் பலரும் சான்றோர்களும் வாழ்த்துக் கூறி மகிழ்கின்றனர். இங்கு முடியாட்சி நிறுவப்பெறுகின்றது. இவ்விடத்தில் ஏனைய நான்கு காவியங்களும் குடியாட்சி முடிவை எய்தியவை என்பதை நினைவுகூரலாம்.

இயல் - 4
தலைமைக் காவிய மாந்தர்கள்

காவிய ஆராய்ச்சியில் காவிய மாந்தர்களின் பண்பு நலன்கள் பற்றி மேனாட்டுத் திறனாய்வாளர் நன்கு ஆராய்வர். காவிய மாந்தர்களைப் படைப்பதிலும், அவர்கட்கு முக்கிய பங்கினைத் தருவதிலும் படைப்பாளனுக்கு இருக்கும் ஆற்றலைப் பொறுத்தே காவிய வெற்றி அடைய முடியும் என்பர். ஆகவே, காவிய மாந்தர்கள் படைப்பு, காவியத்திற்கு மிகவும் இன்றியமையாதது. காவியத் தன்மை ஊட்டுவதில் காவிய மாந்தர் படைப்பிற்குச் சிறந்த இடம் உண்டு. காவியத்தில் தலைமையான இடம் பெறுவோரைத் தலைமைக் காவிய மாந்தர்கள் என்றும், அவ்வாறு அமையாதோரைத் துணைக் காவிய மாந்தர்கள் என்றும் வகைப்படுத்திப் பேசுவர் திறனாய்வாளர்கள். காவியத்தில் காவிய மாந்தர்களை நுழைத்து நடமாடவிடுவதும் அவரைக் காவியத்திலிருந்து விலக்குவதும் காவியப் புலவனின் தனித்திறமையைப் பொறுத்தே அமையும்.

ஒரு காவியத்தின் நிறைவும் பொலிவும் அதில் போற்றப்பெறும் தலைமைக் காவிய மாந்தர்களின் பெருமையில்தான் அடங்கியுள்ளது என்பது ஆன்றோர் கருத்தாகும். தலைமைக் காவிய மாந்தர்களைச் சுற்றிச் சுற்றி நிகழ்ச்சிகள் அமையும்; துணைக் காவிய மாந்தர்களும் அவர்களைச்சுற்றியே வளைய வளைய வருவர். காவியத் தலைவர்கள் குறிக்கோள் நாயகர்களாக இருப்பர். நல்லவற்றை அவர்கள் நாடும்போது அல்லவை குறுக்கிடும். அவற்றையெல்லாம் சிறந்த முறையில் கடந்து, அறந்தவறாது, கொள்கைவிடாது, குறிப்பன செய்து முடிப்பவரே காவியத் தலைவர்களாவர். அவர்களே நன்மைக்கும் உண்மைக்கும் என்றுமே அழிவில்லை என்று நாட்டவல்லவர்கள். அவர்களிடம் அறம் நிலைத்து நிற்கும்; பண்பும் பெருமையும் பரிமளிக்கும். பொறுமையின் அடிப்படையில் அவர்கள் இயங்குவர்.

"பாண்டியன் பரிசு" என்னும் இச்சிறு காவியத்திற்கு இரண்டு தலைமைக் காவிய மாந்தர்கள் அமைகின்றனர். ஒருவன் வேலன்;

மற்றொரு மாந்தர் அன்னம். ஒருவருக்கொருவர் விஞ்சி செயற்படுவதால் ஒருவரை நீக்கி மற்றொருவரைத் தலைமை மாந்தராகக் கொள்ளமுடியாததாலும், ஒருவரை நீக்கிவிட்டால் காவியமே வளர்ச்சி பெறாததாலும், தொடக்கம்முதல் இறுதிவரை இருவரைக் கொண்டே காவிய வளர்ச்சி ஏற்படுவதாலும் இருவருமே தலைமைக் காவிய மாந்தர்களாக அமைகின்றனர். ஆகவே இருவரைப்பற்றியும் தலைமை மாந்தர்களாகவே ஆராய வேண்டியதாக அமைகின்றது.

1. அன்னம்

"பாண்டியன் பரிசு" என்னும் காவியத்தில் காவியத் தலைவியாகப் படைத்துக் காட்டப்பெற்றிருப்பவள் அன்னம். இவள் கதிரை வேல் மன்னன் - கண்ணுக்கினியாள் இவர்களின் அருந்தவப் புதல்வி. இவளது தாய்மாமன் நரிக்கண்ணன். அவள் சோலையிலிருந்து அரண்மனைக்குள் அடிவைக்கும்போது கோட்டையின் வாயிற்புறத்தே வாள் அதிர்ப்பும், குதிரையின் குளம்படியின் ஒலியும், யானைக் கூட்டத்தின் மோதலும், தேர் அதிர்ப்பும் அவள் வள்ளைக் காதில் விழுகின்றன. மறத்தி உள்ளம் கொதிக்கின்றது.

கிளியுதடு கனல்சிந்தும், துடிக்கும்; அஞ்சும்!
வாட்போரை விரும்பும்அவள் தமிழ நெஞ்சம்!
வகையறியா அவள்இளமை மறுத்து நிற்கும்![1]

அவளது செவிலித்தாயாகப் பணியாற்றும் ஆத்தாள் இறக்கை முளைக்காமல் பறக்க நினைக்கும் அன்னத்தை அருகில் அமர்த்தி அணைத்துக் கொள்ளுகின்றாள். அரண்மனைக்குள் படை புகுந்தபோது ஆத்தாள் கிழவி அவளைக் கீழைவழி நிலவறையால் கிளியேந்தல்போலேந்தி வெளியிற் கொண்டுசென்று காக்கின்றாள்.

அன்னத்தின் நிலை: இவளுடைய தாய்மாமன் நரிக்கண்ணன் இவளுடைய அன்னையையும் தந்தையையும் போரில் வஞ்சகமாகக் கொன்றொழிக்கின்றான். தனது கையறு நிலையை அவளே,

---

1. இயல்- 4:1 - பக். 7

தலைமைக் காவிய மாந்தர்கள் ▼ 41

> யாருமில்லை யான்பெற்ற பேறு பெற்றோர்,
> இன்றைக்கோ என்போலக் கெட்டா ரில்லை!²

என்று சொல்லி நைகின்றாள்.

> சுரந்தபால் இருந்தருந்திப் பரந்து லாவும்
> நெடும்பன்றிக் குட்டிகள்போல் மக்கள் யாரும்
> நிறையன்பால் உடன்பிறந்தார் என்று ணர்த்தக்
> கிடந்துதவம் புரிகின்ற உலகில்³

தன் அம்மானே தன் அன்னைக்குக் கூற்றுவனாக முளைத்தானே என்று வருந்துகின்றாள். இவளது நிலை,

> வென்றெறி முரசின் வேந்தரெம்
> குன்றுங் கொண்டார் எந்தையும் இலமே⁴

என்று தந்தையையும் நாட்டையும் இழந்த பாரிமகளிர் வருந்திக் கூறும் நிலையை நினைக்கச் செய்கின்றது. அன்னம் காவியத்தின் தொடக்கம்முதல் இறுதிவரை தலைகாட்டிக்கொண்டே இருக்கின்றாள்.

உடன் பிறந்தாளைக் கொன்ற நரிக்கண்ணனின் குறி இவளை நோக்கி நிற்கின்றது.

> அன்னத்தின் ஆவியினை அகற்ற வேண்டும்;
> ஆவிநிகர் பேழையினை அடைதல் வேண்டும்⁵

என்று அவன் வாக்காலேயே இதனை அறிகின்றோம். "அன்னம் தன்னை எதிர்ப்பட்டால் கொலை செய்ய இருப்போன் நரிக்கண்ணன்"⁶ என்று கணக்காயன் வாக்காலும் அன்னத்தைக் கவிந்து கொண்டிருக்கும் அபாயத்தை அறிய முடிகின்றது.

ஆத்தாள் பாதுகாப்பில்: புல்லூர்ச் சிறுகுடிசையில் அன்னம் இருக்கின்றாள்.

---

2. இயல் - 22 : 5 - பக். 43
3. இயல் - 22 : 2 - பக். 42
4. புறம் - 112
5. இயல் - 13 : 3 - பக். 21
6. இயல் - 18 : 3 - பக். 35

இதனை,

புல்லூரில் சிறுகுடிசை தனில்இ ரண்டு
புண்பட்ட நெஞ்சங்கள் ஒன்றை யொன்று
நல்லுரையில் தேற்றியிருந் தனஅ வற்றில்
நரைபட்ட ஆத்தாளின் நெஞ்சம் ஒன்று;
வல்லூறு குறிவைத்த புறாப்போல் வாழும்
மலர்க்கொடியாள் அன்னத்தின் உள்ளம் ஒன்று!"[7]

என்ற கவிஞனின் கூற்றால் அறியலாம். ஆத்தாள் கதிர்நாட்டில் அதுகாறும் நடைபெற்ற நிகழ்ச்சிகளையெல்லாம் நினைந்து உள்ளம் நைகின்றாள்.[8] அன்னத்தின் கண்ணினிக்கும் மகனைத் தேடி ஆவணியில் மணம் முடிக்கவும், தைப்பிறப்பில் கதிர் நாட்டின் மணிமுடியை அவளுக்காகவும் நினைப்பதையும் காண முடிகின்றது. பாண்டியன் பரிசு அடங்கிய பேழையின் இழப்பும் அவள் மனத்தை வருத்துவதையும் காண முடிகின்றது.[9] அன்னத்தின் உண்மையான செவிலித்தாயை இங்கு காண்கின்றோம்; அன்னம் நல்ல பாதுகாப்பில் இருப்பதையும் காண முடிகின்றது.

இவ்வாறு ஆத்தாளின் பாதுகாப்பில் அன்னம் இருக்கும்போது, அன்னம் அங்கு இருக்கக் கூடும் என்று எதிரிகள் குடிசையைச் சூழ்கின்றனர். இந்தச் சமயத்தில் கணக்காயன் யோசனைப்படி ஆத்தாளைக் காக்கும் நோக்கத்துடன் வந்த வேலன் பகைவர்களை எதிர்க்கின்றான். இந்த நிலையில் அன்னத்தை ஆடவன்போல் உருவம் மாற்றித் தன்னையும் கன்னம் மறைக்கும் தாத்தாவாக மாற்றிக் கொண்டு இருவரும் கணக்காயன் வீடுநோக்கி நடக்கின்றனர். ஆலடியில் கணக்காயன் எதிரில் சென்று மாற்றுடைகளைக் களைந்து நடந்தவற்றைக் கூறுகின்றனர்.

வேழ மன்னனிடம் முறையீடு: ஆத்தாள், அன்னம், கணக்காயன் முதலியோர் மாற்றுடை அணிந்து வேழமன்னனிடம் செல்லுகின்றனர். அப்போது வேழமன்னன் தான் நரிக்கண்ணனுக்கு

7. இயல் - 20 : 1 - பக். 38
8. இயல் - 20 : 2, 3, 4, 5, 6 - பக் (38-40)
9. இயல் - 20 : 6 - பக். 40

தலைமைக் காவிய மாந்தர்கள் ▼ 43

முடிசூட்டியதற்கு மகிழ்ந்திருக்கும் நிலை. ஆனால் அவன் முடிசூட்டு விழாவில் பொதுமக்கள் முகத்தில் துன்பத்தைக் காண்பதற்குக் காரணம் ஏதோ! என்று வினவும்போது முதியவன் வேடத்திலிருந்த ஆத்தாள்கிழவி நரிக்கண்ணன் சூழ்ச்சியால் படையெடுப்பு நிகழ்ந்ததையும், அவன் பின்னிருந்து கதிரை வேலனை ஈட்டியால் கொன்றதையும், தான் அன்னத்தைக் காத்ததையும், அன்னத்தையும் தன்னையும் கொல்வதற்கு நரிக்கண்ணன் சூழ்ச்சி செய்வதையும் தோலுரித்துக் காட்டி இருவரும் மாற்றுருவம் களைந்து தம் உண்மைநிலையைக் காட்டுகின்றனர். வேழமன்னன் பழி சுமந்ததற்கு வருந்துகின்றான்; இருவரையும் காப்பதாக உறுதி கூறுகின்றான்.

அன்னத்தைக் காக்க வழி: அன்னம் முதலியவர்களைக் காக்க அரசன் ஆராய்கின்றான். அமைச்சன் நரிக்கண்ணனுக்கு முடிசூடியது தவறு என்பதை எடுத்துக்காட்டி அன்னத்தின் இசைவுடன் வேறு நாட்டு இளவரசை மணக்கச் செய்ய வேண்டும் என்றும் கதிர் நாட்டின் ஆட்சி கடுகளவும் தீங்கின்றி இருப்பதற்குப் பொது நாட்டம் உடைய அறிஞன் ஒருவன் பார்வையில் வைக்க வேண்டும் என்றும் யோசனை கூறுகின்றான். அரசன் அன்னத்தின் நாட்டத்தைக் கேட்க அவள் பேழையின் வரலாறு, அது இருக்கும் இடத்தையும் சுட்டி அடையாளம் கூறி அது சிறிதும் மாறாமல் கண்டறியக் கட்டளை இடுதல் வேண்டும் என வேண்டுகின்றாள். ஆளியெனும் ஒரு சில படைத்தலைவனை ஆயிரம் பேர் துணையுடன் அரண்மனையில் தேடச் செய்கின்றான். மேலும் அப்படைத்தலைவன் தேடுகையில் நரிக்கண்ணன் தலையீடு இருக்காமல் தடுப்பதற்குப் பொறுப்புள்ள ஆளை அனுப்ப வேண்டும் என்றும் எச்சரிக்கின்றான். ஆத்தாள் தாத்தாவைப்போல் உருவத்தை மாற்றிக்கொண்டு தக்க படையுடன் செல்லுமாறு பணிக்கின்றான். கணக்காயனும் அவன் ஆட்களும் தேடலில் பங்கு கொள்கின்றனர்; முடிவு "பேழை கிடைக்கவில்லை".

வேலன்மேல் காதல்: "புனல் தரு புணர்ச்சி" நடைபெறுவதற்கு முன்னர் ஒருவரை ஒருவர் அறியாதவர்கள். ஆத்தாளின், குடிசையில்தான் முதன்முதலாக அறிமுகம் ஆகின்றனர். இருவரிடையே அன்புப் பேச்சுகள் நடைபெறுகின்றன. வேலன்மீது காதல் கொள்ளுகின்றாள் அன்னம். வேலனோ "நானோ மெத்த

ஏழைமகன்"[10] என்று ஒதுங்கப் பார்க்கிறான். அன்னம் தனக்கு "எட்டாப்பழம்" என்று கருதியிருக்கின்றான்; அவனிடம் சிறிதும் காதலுணர்வே இல்லை. அன்னமும்,

தாமுறு காமத் தன்மை
தாங்களே உரைப்ப தென்பது
ஆமெனல் ஆவ தன்றால்
அருங்குல மகளிர்க்கு அம்மா"[11]

என்ற தமிழ் மரபிற்கேற்ப புலப்படுத்திக் கொள்ளவில்லை. இது பின் நடைபெறும் நிகழ்ச்சியொன்றால் வெளிப்படுகின்றது. அன்னம் குதிரைமேல் இவர்ந்து பேழைக்குப் புலன் கேட்க அலைந்து ஒரு சோலையை வந்தடைகின்றாள்.

புன்னைவரை வேற்பளிக்கத் தென்றல் வந்து
துகிர்உடலில் மணந்தடவ இசைய ரங்கு
தும்பியார் துவக்கினார் அமர்ந்தாள் அன்னம்;[12]

வேலனின் நினைவு வருகின்றது. அவள் அறிந்தோ அறியாமலோ தன்னை மறந்த நிலையில் உணர்ச்சிப் பெருக்கால் அகத்தில் "தனிமொழி" (Soliloquy) மிக்கொலிக்கின்றது. இதனை இலக்கியத்திறனாய்வாளர் "நாடகத் தனிமொழி" என்பர். வேலன் அறிமுகமானதும் அவனிடம் இவள் கண்டது:

காதலில்லை அவன்கண்ணில் தேன்பற் றாத
கவின்மலரின் இடமில்லை உயிர்வண்டு க்கே!
களிக்கஒரு காதலில்லை அன்னோன் கண்ணில்
கவின்மலரின் தேன்இலைஎன் உயிர்வண் டுக்கே!
துடிக்குமோர் காதலில்லை அன்னோன் கண்ணில்!
தூய்மலரில் தேனிலைஎன் உயிர்வண் டுக்கே!
பாங்குறஓர் காதலில்லை அன்னோன் கண்ணில்!
பனிமலரில் தேனிலைஎன் உயிர்வண் டுக்கே!
எழுகின்ற காதலில்லை அன்னோன் கண்ணில்!
எழில்மலரின் தேனிலைஎன் உயிர்வண் டுக்கே![13]

---

10. இயல் - 55:5 - பக். 96
11. கம்ப. ஆரணி சூர்ப்பனகைப் படலம் - 45
12. இயல் - 62 : 1 - பக். 116
13. இயல் - 62 : 3, 4, 5, 6, 7 - பக். 116-117

ஆனால் நாளடைவில் அவன் காதலுணர்வு மலரத் தொடங்குகின்றது. அவளைத் தன் இதயத்தில் வைத்துக் கொள்ளுகின்றான். அன்னத்தின் காதலோ அவன்மீது வளர்ந்துகொண்டே போகின்றது.

இவ்வளர்ச்சி பிறிதொரு நிகழ்ச்சியால் புலப்படுகின்றது. "ஏழுநாளில் பேழை அகப்படாவிட்டால் கதிர்நாட்டின் ஆட்சி மாழைக்கு வழங்கப்படும்"[14] என்ற முரசொலி கேட்டவுடன் ஆத்தாளும் அன்னமும் நெஞ்சம் கலங்குகின்றனர். ஆத்தாளின் மடிமீது தலைசாய்த்துக் கொண்டு,

வாயோரம் "உயிர்வாங்கும்" சிரிப்பு மின்னி
வழிகின்ற வேலனின் திருமு கத்தில்
மாயாத என்நெஞ்சம் சென்று சென்று
மாய்வதனை இவ்வையம் அறிவ துண்டோ?[15]

என்று சொல்லி வருந்துவதால் அவள் வேலன்மீது கொண்ட காதலைத் தெளிவிக்கின்றது.

அன்னத்தின் மனவுறுதி: நரிக்கண்ணனை நோக்கி வேழ மன்னன், "கதிரைவேல் மன்னனையும் அரசமாதேவியையும் கொன்று பழி தேடி இகழ்ச்சிமுடி பூண்டவனே!" என்று சீறுகின்றான். அன்னத்தின் பரிதாப நிலையைக் கருத்தில் கொண்டு,

நாடிழந்தாள்; நற்றந்தை, தாயி ழந்தாள்;
நலமிழந்தாள், சலமிழந்தாள்; கொடிப றந்த
வீடிழந்தாள்; புகழ்இழந்தாள்; மணமி ழந்த
விரிமலரைப் போலிருந்தாள்! அரச அன்னப்
பேடிழந்த அனைத்துக்கும் நீஆ ளாகிப்
பெற்றவற்றில் மீதியுள்ள உயிர்இ ழக்கத்
தேடுகின்றாய்; ஆத்தாவைத் தீர்த்திட் டாயோ,
திருடிவிட்டாய் பாண்டியனார் பரிசை ஏடா![16]

என்று குற்றமும் சாட்டுகின்றான்.

நரிக்கண்ணன் இவைபற்றித் தனக்கு ஏதும் தெரியாதென்று நடித்து அரசன் காலில் வீழ்கின்றான். தன் மகன் பொன்னப்பனைத்

14. இயல் - 78 : 1 - பக். 148
15. இயல் - 78 : 4 - பக். 149
16. இயல் - 39 : 2 - பக். 85

தன் தங்கையின் மகள் அன்னத்தையே மணம் புரிந்துகொண்டு கதிர் நாட்டை ஆளட்டும் என்று அரசனின் பரிவை நாடும் போக்கில் புதிய திட்டத்தை அவன்முன் வைக்கின்றான். வேழமன்னன், அன்னத்தின் கருத்தை வினவ, அவள் மனவுறுதியுடன்,

ஒருத்தன்எனை மணப்பதெனில் அன்னோன் என்றன்
உயர்பேழை தனைத்தேடித் தருதல் வேண்டும்[17]

என்று மறுமாற்றம் உரைக்கின்றாள். தன் நாட்டு உரிமையைப் பெறுவதே முதற்கடமை, முதலாய கடமை - என்று கருதுகின்றாள். அதன் பொருட்டுக் காதலையும் துச்சமென எண்ணித் தன் மனஉறுதியை வெளியிடுகின்றாள்.

பகைப்புலத்து மன்னன் புகழும் பெருமை உடையவளாகத் திகழ்கின்றாள் அன்னம். அவளுடைய நுண்ணறிவை மதிநலம் பெற்ற வேழ மன்னனே ஏற்றுக் கொள்ளுகின்றான்.

காற்றுக்கும் ஆடாமல், கனல்த னக்கும்
கரியாமல் நன்முறையில் முப்ப ழத்தின்
சாற்றுக்கு நிகரான மொழியா ளே! நீ
சாற்றுமொழி ஒவ்வொன்றும் நோக்கும் போது
தூற்றுக்கொன் றேஅன்றோ மானே! உன்றன்
நுண்ணறிவால் நீயுரைத்த வாறு நானும்
ஏற்றுக்கொண் டேனதுபோல் ஆகட்டும்;[18]

என்று வேழமன்னன் இவளது பொறுமைப் பண்பு, மொழி இனிமை, மனஉறுதி ஆகியவற்றை மெச்சிப் பாராட்டுகின்றான். அவள் முடிவை அரசன் முரசறைவித்து நாட்டாருக்கும் உணர்த்துகின்றான்.

அன்னத்தின் நற்பண்புகள்: இவை அனைத்தும் அன்னத்திற்கும் அவள் அம்மான் நரிக்கண்ணனிற்கும் இடையே நடைபெற்ற உரையாடலாலும் தெளிவாகின்றன. மன்னன் முடிவைக் கேட்ட நரிக்கண்ணன், "பேழையினை தண்டுஉன்று கிழவன் ஒருவன் கொணர்ந்தால் அவனை மணக்க ஒருப்படுவாயோ!" என்று வினவ, அன்னம், "பேழையைக் கொணர்வார் ஒரு கிழவரெனில், அவர் எனை

17. இயல் - 40 : 2 - பக். 67
18. இயல் - 41 : 2 - பக். 68

மணக்க ஒருப்படார்; அப்படி அவர் நினைப்பரேல் அவர் கிழவரல்லர்; நெஞ்சத்தில் இளையவர், வயதில் மூத்தார்" என்று பதிலிறுக்கின்றாள். "பேழையைக் கொணர்வார் நோயால் இடருற்றவராக இருந்தால் நீ என் செய்வாய் ?" என்று நரிக்கண்ணன் கேட்க, அதற்கு அன்னம், "தனியரசு போக்காத நோயை நானே, தவிர்க்கின்றபேறு பெற்றால் மகிழ்வேன்" என்கின்றாள்.

நரிக்கண்ணன் "பகையாளியாக அவன் இருக்க நேர்ந்தால், என் செய்வாய் ?" என்று கிண்டலாகக் கேட்க, அதற்கு முதுகுக்குறை அன்னம், "பகையாளி உறவாளி ஆதல் உண்டு; மிகஉறவும் பகையாளி ஆதல் உண்டு - வியப்பில்லை இது" என்று ஒரு போடு போட்டு வாழைப்பழத்தில் ஊசி ஏற்றுவதுபோல் எதிரம்பு கோக்கின்றாள். "பேழையைக் கொண்டு வருபவன் ஒரு குழந்தையாக இருப்பின் அவள் முடிவு நகைப்பிற்கு இடமாகும் அன்றோ ? என்று நரிக்கண்ணன் வினவ, அதற்கு அன்னம், "அவ்வரும்பு நன் மணத்தை விரும்பும் எனில் அது நகைப்பேயாகும்" என்று பதிலிறுக்கின்றாள். "பேழையைக் கொணர்பவன் கீழ்ச்சாதியாளனாக இருந்தால், ஒருப்படுவாயோ ?" என்று வினவ, "இவ்வுலகில் எல்லோரும் சமமே" என்று மறுமாற்றம் உரைக்கின்றாள் அன்னம். உண்மையில் காதல் எது என்பது பற்றிப் பேச்சுப் போக்கு அமைகின்றது. அதற்கும் தக்க விடை தருகின்றாள் அன்னம். இவ்வுரையாடலால் அன்னத்தின் அனைத்து நற்பண்புகளும் ஒளிவிட்டுக் காட்டுகின்றன.

நீலியும் அன்னமும்: ஒரு நாள் அன்னமும் நீலியும் தனிமையாக உரையாடிக் கொண்டுள்ளனர். அன்னம் தன் பெற்றோரின் மறைவைக் குறித்து வருந்துகின்றாள்.[19] வருத்தத்தை ஒருவாறு போக்கிக் கொள்ள இருவரும் ஓர் ஓடத்தில் ஏறி செய்யாற்றில் உலவுகின்றனர்.

நீர்தேங்கும் செய்யாற்றின் ஓடம், துன்பம்
நினைத்தேங்கும் அன்னத்தை நீலி யைப்பூந்
தார்தாங்கும் தட்டம்போல் தன்பால் தாங்கத்
தடக்கையில் துடுப்பசைய ஓட்டு வார்கள்[20]

19. இயல் - 51 : 1, 2 - பக். 89
20. இயல் - 52 : 2 - பக். 90

அரும் பாட்டுப் பல இசைத்து ஓட்டும்போது ஓட்டம் வெள்ளன்னம் அசைந்திடாது செல்வதுபோல் செல்லுகின்றது ஓடம். எதிர்பாராது மேல்திசையில் ஏற்பட்ட மழையினால் ஆற்றில் பெருவெள்ளம் ஏற்படுகின்றது; பெருங்காற்றொன்று படகினைத் தாக்குகின்றது. ஆத்தாளோடிருந்த வேலன் இதனைக் கண்ணுறுகின்றான். தாயிடம் இசைவு பெற்று விரைந்தோடிப் பெருமரத்தில் கயிறு கட்டி நெடுமுனையை ஒரு கையால் பற்றி நீந்தி ஓடத்தைக் கரையில் சேர்த்து இருவரையும் காப்பாற்றுகின்றான். இஃது அகப் பொருள் துறையில் "புனல் தரு புணர்ச்சி"போல் அமைந்துள்ளது!

அன்னமும் வேலனும் அன்புப் பேச்சுகள் பேசுகின்றனர். "பாண்டியன் பரிசுபற்றி முரசறைந்ததை அன்னம் வேலனுக்கு நினைவூட்டுகின்றாள்.

"பேழையினைக் கொண்டுவந்து தருவேன்; அன்றிப் பேருலகில் உயிர்வாழேன்"[21]

என்கின்றான் வேலன். ஆத்தாளின் இடக்கை இழப்பை நோக்கியும் வீரப்பன் நிலையை நினைந்தும் நைகின்றாள் அன்னம்.

நரிக்கண்ணனின் முடிவு: இரண்டாவது கட்ட பூதத்தைக் கண்டு அஞ்சியோடி ஆனையூர்ப் பள்ளியில் இருந்த நரிக்கண்ணனைச் சந்தித்து நீலன் பூதத்தைக் கண்டு அஞ்சாதிருக்குமாறு அறிவுரை பகன்று எல்லோரும் பூதங்கள்போல் அரண்மனைக்குள் புகவேண்டும் என்று யோசனை கூறுகின்றான். நரிக்கண்ணன் அந்த ஏற்பாட்டை ஒப்புக்கொள்ளுகின்றான். அவனே அரண்மனைக்கும் சென்று அன்னம் முதலியோரிடம் நரிக்கண்ணனின் கூட்டம் பூதங்களாக வருவதைத் தெரிவிக்கின்றான். அன்னம் வேழமன்னனைச் சந்தித்து நரிக்கண்ணனின் திட்டத்தைக் கூறித் தம்மை பூதத் தொல்லைகளினின்றும் காக்குமாறு வேண்டுகின்றாள். வேழமன்னனும்,

---

21. இயல் - 55 : 5 - பக். 96

அஞ்சவைக்கும் பூதத்தை எதிர்த்துக் கொல்வார்
ஆர்எனினும் அவர்க்குநாம் காப்ப ளிப்போம்!
வஞ்சிஎழில் அன்னமே இதுநம் ஆணை!
மக்கட்கெ லாமிதனை எடுத்து ரைப்பாய்![22]

என்று தான் உதவுவதாக வாக்குறுதி தருகின்றான். வேலன் தலைமையில் அனைவரும் பூதங்களை எதிர்க்கத் தயார் நிலையில் உள்ளனர். பூதக்கூட்டத்தை வேலனின் மறவர் கூட்டம் எதிர்க்கின்றது. மாம்பூ தலையில் அணிந்திருந்த நரிக்கண்ண பூதம் மாள்கிறது.

"பனையி னின்று
காய்இற்று வீழ்ந்ததுபோல் நரிக்கண் ணன்தன்
கருந்தலைவீழ்ந் தது[23]

அன்னத்தின் வாளால் நரிக்கண்ணன் சாய்ந்து விடுகின்றான். தன் பெற்றோரைத் தீர்த்துக் கட்டித் தனக்கும் எமனாக இருந்த நரிக்கண்ணனைத் - தனது மாமனை - கண்ணன் தன் மாமனாகிய கம்சனைத் தீர்த்துக்கட்டியதுபோல் - தீர்த்துக் கட்டுகின்றாள்; வாகை சூடுகின்றாள். பாவேந்தர் காவியத்தில்தான் பெண் காவிய மாந்தர்கள் வாளெடுத்துப் போர் செய்வதைக் காண்கின்றோம்.

2. வேலன்

"பாண்டியன் பரிசு" என்ற காவியத்தில் தலைமைக் காவிய மாந்தனாக ஒளிவிடுபவன் வேலன். இவன் திருடர் தலைவன் வீரப்பனின் செல்வமகன். ஆத்தாள் கிழவியின் அருமைப் புதல்வன். இளமை முதல் தாயின் அரவணைப்பேயன்றித் தந்தையைப் பற்றி அறியாதவன். சீனி என்னும் கணக்காயன்பால் உடனிருந்து வித்தைபல கற்றுத் தேர்ந்தவன். "இவனை வளர்த்தானும் வசிட்டன் காண்" என்று இராமனைப் பற்றிக் கம்பன் கூறுவதுபோல் "இவனை வளர்த்தானும் கணக்காயன் காண்" என்று கூறலாம். நாட்டுப்பற்றும் மொழிப்பற்றும் மிக்கானாய்த் திகழ்பவன். தனக்கென வாழாப் பிறர்க்குரியாளன்.

---

22. இயல் - 72 : 3 - பக். 138
23. இயல் - 74 : 1 - பக். 140

வீரவுணர்வு: சீனி என்னும் கணக்காயன் வேலன் முதலியோருக்கு நாட்டின் நிலையை விளக்குகின்றான். நரிக்கண்ணனின் கொடுமை நனி விளக்கப்படுகின்றது. ஆத்தாளைக் காப்பாற்றுவதற்கு வேலனை உடனே ஏகுமாறு ஆற்றுப் படுத்துகின்றான். வேலனுக்குத் துணையாகச் செல்வதற்கு கணக்காயனின் மாணாக்கர்கள் இசைவு வேண்டுகின்றனர். இந்நிலையில் நரிக்கண்ணனுக்கு முடிசூட்டுவதாக அறிவிக்கப் பெறுகின்றது. இதனைச் செவிமடுத்த ஆத்தாள், நரிக்கண்ணனைத் தூற்றுகின்றாள். இதே நேரத்தில் அன்னமும் ஆத்தாள் கிழவியும் செம்மானூர் குடிசையில்தான் இருப்பர் என்று நரிக்கண்ணனின் ஆட்கள் குடிசையைச் சூழ்கின்றனர்.

இந்நிலையில் வேலனும் குடிசையருகில் வந்து விடுகின்றான் குதிரைமீது. வேலன் பகைவர்களைத் தாக்குகின்றான். வேலனின் குரல் ஆத்தாளுக்கும் கேட்கின்றது. இதுவே வேலனின் கன்னிப்போர்.

அவன் எதிரிகளுடன் போரிடுவதை,

> பலகுதிரை மறவரின்மேல் வேலன் எட்டிப்
> பாய்ந்தனன்பல் ஆட்டுக்குள் வேங்கை போல!
> கலங்கினர்வேழ வர்! பத்துப் பேர்மாண் டார்கள்!
> கத்திசுழல் ஓசை மறவர் முழக்கம்
> குலைநடுங்க வைத்தன![24]

என்று வருணிப்பார் கவிஞர். இதில் வேலனின் வீரவுணர்வு வெளிப்படுத்துகின்றது. இதனால் வேலன் வீரம் மிக்கவனாகப் படைக்கப் பெற்றுள்ளான் என்பது தெளிவாகின்றது.

வேலன் புரியும் வீரச்செயலை இன்னொரு நிகழ்ச்சியிலும் காணலாம். வேலன் தன் அன்னையுடன் குடிசையில் இருக்கும்போது நீலியும் அன்னமும் ஏறியிருந்த படகு வெள்ளத்தில் சிக்கிக் கொள்கின்றது. படகோட்டும் மக்கள் படகைக் காப்பாற்றத் தம்மாலாகாது என்று கைவிடுகின்றனர். மங்கையர் அழுகுரல் கேட்கின்றது. கவிழ்ந்து போகும் நிலையிலுள்ள ஓடமும், குடிசையிலுள்ளோர் கண்ணுக்குப்

---

24. இயல் - 24 : 2 - பக். 46

படுகின்றது. ஓடத்திலுள்ளாரைக் காப்பாற்றுவதற்கு இசைவு கேட்கின்றான் வேலன் தன் அன்னையை. "நட" என்கின்றாள் அன்னை. வேலன் விரைந்தோடிப் பெருமரத்தில் கயிறு கட்டி நெடுங்கயிற்றின் ஒரு முனையைப் பற்றி நீந்தி நிலைதவறும் ஓடத்தை வந்தடைகின்றான். சிறிது சிறிதாகக் கயிற்றை இழுத்து ஓடத்தைக் கரையில் சேர்த்து இரு மகளிரையும் காக்கின்றான். அந்த இருவரும் அன்னமும் நீலியும் என்பதாக அறிகின்றாள் ஆத்தாள். உடைமாற்றி குடிநீரும் காய்ச்சித் தந்து அவர்களின் களைப்பை நீக்குகின்றாள் அன்பு ஆத்தாள்.

கடமையுணர்வு: ஆத்தாளை வினவி தன்னைக் காப்பாற்றிய வேலனை இன்னார் என அறிந்து கொள்ளுகின்றாள் அன்னம். முன்னொரு சமயம் வேழநாட்டார் தன்னைச் சிறைபிடிக்க வந்தபோது தன்னைக் காத்தவனும் வேலனே என்பதனையும் அறிகின்றாள். இரண்டு தீரச் செயல்கட்கும் வேலனுக்கும் நன்றி செலுத்துகின்றாள். அப்போது வேலன் சொல்வான்:

எனைஈன்ற தந்தைக்கும் தாய்க்கும் மக்கள்
இனம்ஈன்ற தமிழ்நாடு தனக்கும் என்னால்
தினையளவு நலமேனும் கிடைக்கும் என்றால்
செத்தொழியும் நாள்எனக்குத் திருநாள் ஆகும்
பனையளவு நலமேனும் தன்னலத்தைப்
பார்ப்பானோர் மக்களிலே பதடி யாவான்"[25]

இவ்வாறு வேலன் கூறுகின்றபோது அவனது கடமையுணர்வும் தொண்டுணர்வும் அவன் கொள்கையை மலர்த்திக் காட்டுகின்றன.

"பாண்டியன் பரிசைக் கொடுப்பார்க்கு என்னைக் கொடுப்பதாக முரசறைவித்த செய்தியினை அறியீர் போலும்!" என்று நினைவூட்டிய அன்னம்,

"பழம்பெரிய பாண்டியனார் பேழைக் குள்ளே
பகைவர்தமை ஒழித்திடும்ஓர் குறிப்பும் உண்டு!
கொழுத்தபுகழ் உமக்குண்டு, கொண்டு வந்தால்!
கொடைகொடுத்த தாகும் இந் நாட்டுக்கு......"[26]

25. இயல் - 55 : 3 - பக். 96
26. இயல் - 55 : 4 - பக். 96

என்றும் சொல்லுகின்றாள். அதற்கு வேலன்,

"நானோ மெத்த
ஏழைமகன்; நரிக்கண்ணர் ஆணை எங்கே
யானெங்கே ஆயினும்என் கடமை உண்டு[27]

என்று சொன்னாலும் கடமைக்கு முக்கியத்துவம் தருகின்றான்.

"பேழையினைக் கொண்டுவந்து தருவேன்; அன்றிப்
பேருலகில் உயிர்வாழேன்"[28]

என்று கூறியவன் இறுதியில் அதனை நிறைவேற்றுவதையும் காண்கின்றோம். கணக்காயன் ஆணைப்படி தன் அன்னையின் ஆருயிரைக் காக்க ஓடுகின்றான். அறியாமைப் பூதங்களுக்கு எதிராக வாளெடுத்துப் போர்புரிகின்றான். இவையெல்லாம் வேலனின் கடமையுணர்வை மெய்ப்பிக்கின்றன.

காதல் உணர்வு: "நானோ மெத்த ஏழைமகன்"[29] என்று சொல்லிக் காதலுணர்வுக்கே இடமில்லாதபடி சொன்ன வேலனின் காதல் "அரும்பு மலர் காய்கனிபோல்"[30] பயன்தரப் போவதைக் காணத்தான் போகின்றோம். நாட்கள் செல்லச் செல்ல அவனுடைய காதல் உணர்வு சமுதாய ஏற்றத்தாழ்வினை மறக்கடித்து விடுகின்றது.

கன்னலிலே சாறெடுத்துத் தமிழ்கு ழைத்துக்
கனியிதழால் பரிமாறும் இனிய சொல்லாள்
அன்னத்தின் மேல்வைத்தான் நெஞ்சை வேலன்[31]

இங்கு வேலனது "தனிமொழியால்" அவன் அவள்மீது வைத்திருந்த காதலின் உறைப்பை அறிய முடிகின்றது. அவன் கண்ணிடையே அவள் மலர்க்காடாகின்றாள். உள்ளக் கருத்திடையே மணமாகின்றாள். "மனம் நொந்து சாகத்தான் பிறந்துள்ளேனோ ?" என்று பன்னிப்பன்னிப் பிதற்றுகின்றான்.[32] பார்க்குமிடம் எல்லாம் அவள் தட்டுப்படுகின்றாள்.

---

27. இயல் - 55 : 5 - பக். 96
28. இயல் - 55 : 5 - பக். 96
29. இயல் - 55 : 5 - பக். 96
30. தா.பா. பராபரம் - 157
31. இயல் - 76 : 1 - பக். 143
32. இயல் - 76 : 2, 3, 4, 5, 6 - பக். (143-145)

ஆடப்போம் புனலிலெலாம் அவளே, காற்றில்
அசையப்போம் பொழிலிலெலாம் அவளே! கண்ணால்
தேடப்போம் பொருளிலெலாம் அவளே! நேரில்
தின்னப்போம் சுவையிலெலாம் அவளே! வண்டு
பாடப்போம் மலரிலெலாம் அவளே! மேற்கில்
படுகதிரில் அவள்வடிவே காண்பேன் என்று
வாடக்,கண் துயிலாமல் இருந்தான் வேலன்
மலர்ந்திட்ட காலையிலும் அவளைக் கண்டான்"[33]

என்று அவள் நிலையைக் காட்டுவார் கவிஞர். இப்பாடல் "நோக்குவ எல்லாம் அவையே போறல்" என்ற அகப்பொருள் துறைக்கு இலக்கியம்போல் அமைந்துள்ளது.

அன்னம் இறந்து விட்டாள் என்ற செய்தியைக் கேட்டவுடன் ஒரு வெறுப்புணர்ச்சி பேழையுடன் வந்த வேலனை ஆட்கொள்ளுகின்றது. நூறு வேலும் நூறு அம்பும் சருக்கென்று பாய்ந்ததுபோல் உள்ளம் துடித்தழுகின்றான். அவனுடைய அழுகுரலின் உறைப்பைச் சொல்லி முடியாது.

"இந்த வையம்
முடியவில்லை எனங்கிங் கென்ன வேலை"[34]

என்பன போன்ற துன்ப வாசகங்கள் அவன் வாயிலிருந்து வெளிப்படுகின்றன. இவன் புலம்பும் பாடல்களைப் படிக்கும்போது அவலச் சுவையின் கொடுமுடியையே எட்டிவிடுகின்றோம்.

புதைத்ததாகச் சொல்லப்பெற்ற இடம் சென்று பிணத்தைத் தோண்டி எடுக்கின்றான். "முழுதழுகி ஊன் கழன்ற முகத்தைக் கண்டு" "சீ" என்று பிணத்தை எறிகின்றான்; பலபடப் பழித்துப் பேசுகின்றான்.

பொருளில்லாப் பெண்மையைநான் பொருளாய் எண்ணிப்
பொழுதெல்லாம் பழுதாக்கி விட்டேன்[35]

33. இயல் - 76 : 8 - பக். 145
34. இயல் - 85 : 4 - பக். 162
35. இயல் - 87 : 7 - பக். 167

என்று தேம்புகின்றான். பொதுவாக மக்கள் பெண்கள் என்னும் நோய்க்கன்றோ நாளெல்லாம் தொண்டு செய்தார் என்று பழித்து ஏசுகின்றான். பெண் இனத்தையே தூற்றுகின்றான். வையத்தையே வெறுத்து அருவருக்கின்றான். அன்னத்தின்மீது தான் கொண்ட காதலின் உறைப்பை அவன் "தனிமொழியில்" கண்ட நாம் இப்போது பெண்ணினத்தின்மீது கொண்ட அருவருப்பின் உறைப்பைக் காண்கின்றோம்! மனித மனத்தின் ஈரெல்லைகளையும் காணமுடிகின்றது. மனிதன் குறையுடையவன்; வேலனும் மனிதன் தான். எல்லா நற்குணங்களும் செம்மைக் குணங்களும் அடங்கிய ஒரு மனிதனைக் காண்டல் அரிது என்பதை வேலன் படைப்பினால் அறிய முடிகின்றது.

பேழையைப் பெற்ற வேலன் வெற்றிக் களிப்பில் மிதந்து உலப்பிலா இன்பத்தில் மகிழ்ந்திருக்க வேண்டியவன். அவன் இப்பொழுது இராப் பொழுதில் இடுகாட்டில் நின்று அழும் நிலையில் உள்ளான். இந்த அழுகையின் ஓலத்தில் "நாடகத் தனிமொழி" பிறக்கின்றது. முற்றும் துறந்த பட்டினத்தடிகளும் உள்ளம் நாணும்படியாக வேலன் யாக்கை நிலையாமையைப் பேசுகின்றான்.

'வையத்தின் வாழ்வு இன்பமும் துன்பமும் நிறைந்தது' என்ற பேருண்மையை வேலன் படைப்பினால் அறிந்துகொள்ள முடிகின்றது.

இயல் - 5

எதிர்த்தலைவன்

பல்வேறு வகை மக்களைக் கொண்டது இந்தப் பூவுலகம். இதில் நல்லவர்கள், தீயவர்கள், அறிஞர்கள், அறிவிலிகள், ஞானிகள் - அஞ்ஞானிகள், கலைஞர்கள் - கொலையாளிகள், வஞ்சகர்கள், கயவர்கள் என்று பலர் வாழ்கின்றனர்; அவரவர்கள் போக்கில் செயற்படுகின்றனர். இங்ஙனமே கவிஞர்களும் தாம் படைக்கும் காவியங்களில் இத்தகைய மக்களின் பிரதிநிதிகள்போல் சிலரைப் படைத்து காவியங்களை நடைபெறச் செய்கின்றனர். முன்னதைப் **பேரண்டம்** (Macrocosm) என்றால் பின்னதைச் **சிற்றண்டம்** (Microcosm) எனலாம். பாவேந்தர் படைத்த காவியங்களில் இத்தகைய பல்வேறு வகை மாந்தர்களைக் கண்டு மகிழலாம். "பாண்டியன் பரிசு" என்ற காவியத்தில் தொடக்கம் முதல் இறுதிவரை இணையற்ற பங்கு கொண்டு நடையாடித் திரிபவன் நரிக்கண்ணன். நடையுடை, பாவனை, தந்திரம் முதலியவற்றில் பாரதத்தில் வரும் சகுனியை நினைவுகூரும் வகையில் உள்ளான். காவிய மாந்தர்களில் காவியத் தலைவனுக்கு எதிராகச் செயற்பட்டு வருபவனாதலால் இவன் எதிர்த்தலைவனாகின்றான். இவன் வேழநாட்டு அரசனின் படைத்தலைவன். கதிர்நாட்டு மன்னனின் அரசமாதேவி கண்ணுக்கினியாளின் உடன் பிறந்தவன். இவன் கதிர்நாட்டைத் தந்திரமாகக் கைப்பற்றித் தான் அதனை ஆள வேண்டும் என்று செய்யும் சூழ்ச்சிதான் காவியத்தின் பெருவிசைபோல் இயங்கிக் கதையை நீளச் செய்கின்றது. காவியத்தின் தொடக்கத்திலேயே இவன் பிரவேசமும் நடைபெறுகின்றது.

கதிர் நாட்டரசன் படைக்கும் வேழநாட்டரசப் பெரும் படைக்குமிடையே கடும்போர் நடைபெறுகின்றது.

பனைமரங்கள் இடிவீழக் கிழிந்து வீழும்
பான்மைபோல் இருதிறத்தும் மறவர் வீழ்ந்தார்![1]

வேழவேந்தன் கோட்டைக்குள் நுழைந்துவிடுகின்றான். இருபெரும் வேந்தர்களும் வாட்போர் புரிகின்றனர். வெற்றிதோல்வி

---
1. இயல் - 5 : 2 - பக். 8

யாருக்கென்று சொல்ல முடியாமல் "வாட்போருக்கிலக்கியத்தை" நல்குகின்றனர். இந்நிலையில் கருந்திரையுடனும் முக மூடியுடனும் தன்னை மறைத்துக்கொண்டு வந்த நரிக்கண்ணன் பின்னிருந்து கதிரைவேல் மன்னனை ஈட்டி எய்து கொல்லுகின்றான். உடன்பிறந்த நேரிழையாள் கண்ணுக்கினியாளையும் கொல்வதற்கும் மனத்தில் திட்டம் தீட்டுகின்றான்.

தன்னுடைய முகமூடியையும் கரிய உடையையும் அருகிலிருந்த ஆளை அணியச் செய்து தான் மட்டிலும் தன் உடன் பிறந்தாளை எதிர் நோக்கி அரண்மனைக்குள் நின்றிருக்கின்றான்.

நின்றிருந்த நரிக்கண்ணன் உடன்பி றந்த
நேரிழையாள் வரும்வழியில் விழியை வைத்தான்.
"அன்றிருந்த என்கருத்தில் பாதி தீர்த்தேன்;
அவள்ஒழிந்தால், முக்காலும் தீரும்; பின்னும்
அன்னத்தைக் கொன்றொழித்தால் முழுதும் தீரும்
அதன்பிறகன் றோஇந்த நாட்டின் ஆட்சி
என்றென்றும் என்கையில் நிலைத்து நிற்கும்"[2]

என்ற பாடற்பகுதியால் அவனது வஞ்சக உட்கிடக்கை புலனாகின்றது. கவிஞரும் மனம் பொறுக்காமல் "தினையேனும் மானம் இல்லான்!" என்று தம் சினத்தை வெளியிடுகின்றார்.

ஒரு நாடகம்: பின்னிருந்து மன்னனை மாய்த்த வஞ்சக நரிக்கண்ணன் அரண்மனைக்குச் சென்று அரசமாதேவிக்குத் தன்னை நல்லவனாய்க் காட்டிக் கொள்ள முயல்கின்றான். குடிமக்கள் எல்லோரும் கூடும் பொதுமண்டபத்தில் கீழே வீழ்ந்து சரசரவெனப் புரண்டபடி,

"எனக்கேன் வாழ்வு?
சாக்காடே வாராயோ? உடன்பி றந்தாள்
அரசியென வாழ்கின்றாள் எனஇ ருந்தேன்;
அத்தியன் வேழத்தான் கதிர்நா டாளும்
பெருமைகொள்என் மைத்துனனைக் கொலைபு ரிந்து
பிடுங்கினான் நாட்டையும்"[3]

என்று அழுது புலம்பிப் பலரது கவனத்தையும் ஈர்க்கின்றான்.

2. இயல் - 7 : 2 - பக். 11
3. இயல் - 9 : 4 - பக். 18

இந்தத் தருணத்தில் அரசமாதேவி அங்கு வருகின்றாள். அவளை நோக்கி, "ஆருயிர்த் தங்கையே, என் மன்னன் என்னைப் புறக்கணித்தான். அது கிடக்கட்டும். செத்துப்போன மைத்துனனை இனிக் காண்பதுண்டோ? நீ திருநாட்டை இழந்து, துணை இழந்து கைத்தூண்டிலில் சிக்கிய சிறுமீன்போல் கலங்குகின்ற காட்சியினை நான் காண நேர்ந்ததே! வேழநாட்டான் என்னைப் படைத் தலைவனாகத்தான் வைத்திருந்தான். உண்மைதான்; என் மைத்துனனை இகழ்ந்துரைத்தானே! இதை எப்படி நான் பொறுப்பேன்? கதிர்நாட்டைப் பிடிப்பதெனத் திட்டம் போட்டான்; கடிந்துரைத்தேன். மறுநொடியில் அமைச்சனுக்குப் புதுத்தலைமை தந்து படையெழுப்பிப் பொன்னான கதிர்நாட்டின்மீது விடுத்தான். எதிர்பாராத படையெடுப்பை நீங்கள் எப்படி அறிவீர்கள்! அதனைத் தெரிவிப்பதற்காகவே இவண்போந்தேன். நான் வருவதற்குள் வேழ நாட்டான் கதிர்நாட்டின் உரிமைதன்னைச் சிதைத்திட்டானே! மைத்துனன் உயிரைக் குடித்தானே! நீயோ என் உயிர் போன்றாய்! என்றோ ஒரு நாள் நான் இறப்பது மெய். வையகத்தில் துயர்தாங்க அட்டியில்லை; என்னை இகழ்ந்து சொல்லும் சொல்லை நான் எங்ஙனம் பொறுப்பேன்?

"முயல் போன்றான் நரிக்கண்ணன் என்றால் உந்தன்,
முத்தான தங்கையவள் வாழ்க்கைப் பட்ட
வயவேந்தன் கதிர்நாட்டான், நரிக்கண் ணற்கு
மைத்துனன்என் றுரைத்தபெரு மைபோ யிற்றே!"[4]

என்றெல்லாம் உரைக்கின்றான்; துடித்தழுகின்றான்; நீலிக்கண்ணீர் வடிக்கின்றான்; மேலும் பேச்சை எடுக்கையில் கரிய உடை போர்த்த ஆள்வருகின்றான். வந்தவன் "அடுத்து என்ன செய்வது?" என்று நரியைக் கேட்டு நிற்கையில் கண்ணுக்கினியாள் வாளைத் தூக்கிப் "புனையுந்தார் மன்னனைப் பின்புறத்தில் ஈட்டியைப் பாய்ச்சியவன் நீதானோ?" என்று அவனைச் சீறும்போது,

4. இயல் - 10 : 4 - பக். 17

"இல்லை
எனக்கிந்தக் கரியஉடை இவரே தந்தார்
ஈயுமுன்னே மன்னவர்மேல் ஈட்டி எய்தார்"[5]

என்று உரைக்கின்றான். அதே நொடியில் நரிக்கண்ணன் தன் இடையில் மறைத்து வைத்திருந்த வாளால் உடன்பிறப்பை வெட்டித் தீர்த்து,

"ஒன்றுக்கும் அஞ்சாத என்னை இந்நாள்
உயிர்நடுங்க வைத்தவளை ஒழித்தேன்"

என்று பெருமூச்சு விட்டு அன்னத்தைத் தேடி உள்ளே செல்லுகின்றான். இதற்கிடையில் கரிய உடை தரித்திருந்த காவலாள் சென்று தான் கண்டவற்றை அரசனிடம் பதிவு செய்து விடுகின்றான். இந்நிலையில் நரிக்கண்ணன் அடுத்த திட்டமாக,

அன்னத்தின் ஆவியினை அகற்ற வேண்டும்
ஆவிநிகர் பேழையினை அடைதல் வேண்டும்[6]

என்று எண்ணி அரண்மனைக்குள் இட்டிருந்த ஒரு தவிசில் சென்று அமர்கின்றான்.

மேலும் ஒரு நடிப்பு: இந்நிலையில் வேழநாட்டரசன் அரண்மனைக்கு வருகின்றான். எழுந்து நின்று பொய் மூட்டைகளை ஒவ்வொன்றாக அவிழ்க்கின்றான். "மன்னாதி மன்னா, நாளும் எனைக் காப்பாற்றி ஆளாக்கினாய்; படைத்தலைவன் பொறுப்பை நல்கினாய். என்னைக் கோள், பொய், சூது இல்லாதவன் என உணர்ந்து அனைத்துத் தொண்டுகளையும் எனக்கே ஈந்தாய். நீளி என்ற பகை மன்னனைப் போரில் வென்றதற்குப் பரிசும் அளித்தாய்!" என்று அவனுக்குப் புகழ்மாலை சூட்டுகின்றான். தொடர்ந்து, "இத்தகைய மிகப்பெரியோனாகிய நின்னை என்தங்கை - கதிர்நாட்டு அரசமாதேவி - இகழ்ந்துரைத்தாள். அவளை என் வாளுக்கிரையாக்கி நின் தொடுகழற்குக் காணிக்கையாக்கினேன். இது மட்டுமா? வஞ்சகத்தால் கதிரைவேலனை நீ கொன்றாய் என்று பழி சுமத்தினாள். இதனை எப்படி நான் பொறுப்பேன்? அவளைச் சித்திரவதை

5. இயல் - 11 : 1 - பக். 18
6. இயல் - 13 : 3 - பக். 21

செய்யாமல் கெட்டேன். மேலும் என்ன சொன்னாள் தெரியுமா ? இதைச் சொல்ல நெஞ்சு பொறுக்க முடியாமல் தத்தளிக்கின்றது. "உன்னரசை இந்நொடியில் சூழ்ச்சியாலே கொன்றுவிடு; கதிர்நாட்டானையும் பழிவாங்கி விட்டு நானிலத்தை நீயே ஆள் என்று சொன்னாளே அந்தப்பாவி ! காது பெற்ற துன்பத்தை என்ன சொல்வேன் !" என்று நாநலத்தால் அவன் உள்ளத்தைக் கொள்ளை கொள்ளுகின்றான்.

நல்லாரின் பெருநிலையம் இந்த வையம்!
நான்தீயா ளொடுபிறந்த தாலே தீயன்![7]

என்று தேனொழுகப் பேசுகின்றான். மேலும் தொடர்ந்து முத்தாய்ப்பாக, "ஒன்று மட்டும் சொல்வேன். தூயோயாகிய நின்னை அண்டி வாழ்ந்திருந்தேன். நின் புகழுக்கும் அறத்தினுக்கும் சிறிதும் பழி நேராமல் முழுதுண்மையாய் நடந்தேன்" என்று கூறி முடிக்கின்றான். இவ்வாறு தன் நேர்மையைக் கூறி நடித்தவன்தான் இறந்தபின் வானாட்டின்கண் பெறப்போகும் சிறப்பினையும் கற்பனையில் காண்பதைப்பற்றியும் பேசுகின்றான்.

நான்செத்த பின்அடையும் வானாட் டின்கண்
நானூறு சிற்றூர்கொள் ஒருபே ரூரும்
தேனூறும் சோலைசூழ் அப்பே ரூரில்
செப்பரிய அரண்மனையும் அரண்ம னைக்குள்
பால்நேரில் காய்ச்சிஅதில் சீனி இட்டுப்
பத்துவகை சிற்றுணவும் ஒத்த பெண்ணும்
ஊனின்ப நுகர்கின்ற அறைஇ ருந்தால்
ஒருத்தருக்கும் இல்லைஅது எனக்கே"[8]

என்று. உண்மையிலே இவன் வாய்ச்சொல் வீரன்தான் !.

நரிக்கண்ணன் பேசிய அனைத்தையும் நம்பி விடுகின்றான் வேழமன்னன். "அறம் பிழையா மறவன் நீ ! அழுதிடுதல் வேண்டா" என்று அவனைத் தேற்றி,

நரிக்கண்ணா பழநாளில் இதுஉன் பாட்டன்
நாடென்றாய்! அதற்குள்ள சான்றும் உண்டோ?"[9]

7. இயல் - 14 : 5 - பக். 23
8. இயல் - 14 : 6 - பக். 24
9. இயல் - 15 : 1 - பக். 25

என்று மன்னன் கேட்க, நரிக்கண்ணன் கூறுவான்: "அரசே, என் பாட்டனுக்குப் பாட்டனாகிய பறைக்கண்ணற்கு, குதிரை நிரை கொண்ட நெடுமுடியான் என்னும் கொடு நாட்டு மன்னன் அளித்தான் இந்நாட்டைப் பரிசாக - பதினாயிரம் பேரை வென்றதாலே. அப்பொழுது வழங்கப்பட்ட அச்செப்புப் பட்டயத்தைக் கதிரைவேலனுக்கு முன்னோனாம் முத்தப்பன் மறைத்தான்; மூன்றாம் நாள் உறங்குகையில் கொலையும் செய்தான். தன் படைபலத்தால் குடிமக்களிடம் வாழ்ந்தான். என்னையும் விரட்டியடித்தான். உன் நாட்டுக்கு வந்தேன்! இந் நாட்டை நான் ஆளவேண்டும் என்ற எண்ணமும் எனக்கில்லை. என் தந்தை இறக்கும்போது என் நாளில் வேழநாட்டின் மன்னவரின் அருள் பெற்று, கதிர்நாட்டு மன்னனாய் இருப்பாய். நமது மானத்தையும் காப்பாய்" என்றான். அனைத்தையும் நம்பிய வேழமன்னன், "அஞ்சேல்! அஞ்சேல்! இணங்குகின்றேன். நீ ஆள்க; இன்றைக்கே முடிசூட்டிக் கொள்க" என்கின்றான்.

பிணங்குவித்தும் மைத்துனனை உடன்பிறப்பைப்
பெருவஞ்ச கத்தாலே சாகச் செய்தும்
அணியுமொரு மணிமுடிக்கே நரிக்கண் ணன்தான்
அன்பிலாத தன்னுளத்தால் மகிழ்ந்து நின்றான்[10]

இங்ஙனம் மாயப்பொய் பல கூட்டிப் புனைந்துரைத்து அதனால் பெறும் நாட்டாட்சிக்கு மகிழ்கின்றான் நரிக்கண்ணன்.

நரிக்கண்ணனைப் பற்றி ஊர்மக்கள்: நரிக்கண்ணனுக்கு முடிசூட்டப் போவதை வேழமன்னன் ஆணைப்படி நகரில் ஒருவன் முரசறைந்து அறிவிக்கின்றான். அதனைச் செவிமடுத்த இருவர் தம்முள் பேசிக் குமுறுகின்றனர்.

அடிவைத்தான் கதிர்நாட்டில்! நெஞ்சில் வைத்தான்
அழிவைத்தான்! விழிவைத்தான் உரிமை வேரில்!
குடிவைத்தான் ஓடிவைத்தான் நாட்டில்! எங்கும்
கொலை வைத்தான்! குறைவைத்தான் எண்ணா னாகி
வெடிவைத்தான் அறம்வளர்த்த இவ்வீட் டுக்கும்![11]

10. இயல் - 15 : 6 - பக். 27
11. இயல் - 23 : 2 - பக். 44

எதிர்த்தலைவன் ▼ 61

இக்குமுறல் மக்கள் இவன்பால் கொண்டிருந்த வெறுப்பைக் காட்டுகின்றது. இதனைத் தொடர்ந்து அவர்கள்,

மின்னொளியே தன்தலையில் உன்ன தான
"முடி" வைத்தான், முழக்குகின்றான்; அன்னோன் வாழ்வின்
முடிவைத்தான் முழக்குகின்றான் முரச றைந்தே![12]

என்று பேசிய பேச்சில் அவர்கள் அன்னத்தின்பால் கொண்ட பரிவையும் காண முடிகின்றது. நரிக்கண்ணனின் அழிவை "அன்னோன் வாழ்வின் முடிவைத்தான் முழக்குகின்றான்" என்ற தொடர் முற்கூறுவதாகவும் (Prediction) அமைகின்றது.

பாண்டியன் பரிசைத் தேடும் அரசனின் ஆணை முரசறைதல் மூலம் அறிவிக்கப்படுகின்றது. முழக்கத்தைக் கேட்ட ஊர்ப்பெரு மக்களில் சிலர் "நரிக்கண்ணனின் மகனாகிய "கொழுக்கட்டை" அன்னத்தை மணந்து கொள்வான்; தான் எடுத்துவைத்திருக்கும் பேழையைக் கொடுத்து விடுவான். வழக்கத்தை விடுவானோ? வஞ்சம் சூழ்ச்சி வற்றாத கடலன்றோ?... இருக்கும் பெண்ணை இழுக்கத்தான் இச்சூழ்ச்சி செய்தான்"[13] என்று பேசுவார்கள். இன்னும் "பேழை இருந்தால் அது வெளிப்பட்டிருக்கும். முத்தன்ன வெண்ணகையாள் திருமணம் என்று கூடுமோ?" என்று சிலர் தம் கவலை தெரிவிப்பர். மேலும் சிலர் பல்வேறு விதமாகப் பேசுவார்கள். தென்மலையில் வாழும் கள்ளர் கைக்குப் போயிருக்கலாம் என்றும், பிள்ளைகள் அரண்மனையில் விளையாடுங்கால் பேழையினை எடுத்தும் போயிருப்பர் என்றும், அவர்கள் அப்பன் அதனைக் கொள்ளையடித்துக் கொள்வதுடன், அன்னமெனும் "கோக்காத முத்தை"யும் கையகப்படுத்திக் கொள்வான் என்றும் பேசுவர். அமைச்சனும் ஆளில்லா நேரத்தில் அடித்துக்கொண்டு போயிருக்கலாம் என்றும் சிலர் அறைவர். ஊர்வாயை மூட உலை மூடி இருக்கமுடியுமா?

பேழை கிடைப்பதில் பெருந் தாமதம் ஏற்படுகின்றது. ஊர்மக்கள் பேச்சு ஓய்ந்தபாடில்லை. அவர்கள்,

---
12. இயல் - 23 : 2 - பக். 44
13. இயல் - 44 : 1 - பக். 73

வைத்தவர்கள் ஏமாறக் கவர்ந்து சென்றார்
வண்கடலில் போட்டாரோ? நரிப்பேர் கொண்ட
எத்தனவன் தானெடுத்துப் பேழை தன்னை
எரித்தானோ என்று ரைப்பார்[14]

என்று பேசுகின்றனர்.

நற்பேழை கிடைத்திட்டால் நரிக்கண்ணற்கு
நலமல்லால் தீமையில்லை என்பார் சில்லோர்;
பொற்பேழை கிடைத்திட்டால் நரிக்கண்ணற்குப்
பொல்லாங்கே ஆதலால் மறைத்தான் என்று
சொற்பலவும் விரிப்பார்கள் சிலர்![15]

இப்படியும் பேச்சு நடைபெறுகின்றது. இவற்றால் ஊர்மக்கள் மனத்தில் நரிக்கண்ணன் எவ்வாறு இடம் பெற்றிருக்கின்றான் என்பதை உணர முடிகின்றது.

முதியோனின் கூற்று: நரிக்கண்ணன் மறைந்திருந்து கதிரை வேலனின் முதுகில் ஈட்டிபாய்ச்சிக் கொன்றதை முதியோன் ஒருவன் வாயில் வைத்துப் பேசுகின்றார் கவிஞர். இவர் வேறு யாரும் இல்லை, ஆத்தாள் கிழவியே இவ்வேடத்தில் பேசுகின்றாள்:

இருவேந்தர் வாட்போரை நிகழ்த்தும் போதே
ஈட்டியினைப் பின்வந்து கதிர்நாட்டான்மேல்
நரிக்கண்ணன் செலுத்தினான் நானும் கண்டேன்!
நகைத்ததுவான்! நாணிற்று நல்ல றந்தான்![16]

என்று நரிக்கண்ணனின் அடாத செயலைத் தோலுரித்துக் காட்டி விடுகின்றாள் அரசன் அவைக் களத்திலேயே.

அரசன் ஆணைப்படி அரண்மனையில் பேழையைத் தேடச் சென்றபோது நரிக்கண்ணன் ஏதாவது வஞ்சகம் செய்வான் என்பதை,

தீத்தாவும் கண்ணாலே நரிக்கண்ணன்தான்
சிறியபடைத் தலைவனையே அஞ்ச வைத்துக்

---

14. இயல் - 58 : 1 - பக். 110
15. இயல் - 58 : 2 - பக். 110
16. இயல் - 28 : 4 - பக். 51

காத்தாளும் அரண்மனையில் பேழை தன்னைக்
கைப்பற்றிக் கொள்வானே[17]

என்று கூற அரசனும் அவளை உருவம் மாற்றிக்கொண்டு தக்க படையுடன் செல்லுமாறு பணிக்கின்றான்.

அன்னம் முதலியவர்களைக் காக்கும் வழியை ஆராயும்போது அரசன் அமைச்சனை நோக்கி,

சின்னநடை நரிக்கண்ணன் இடம்வி டுத்தால்
தீங்கிழைப்பான்; நல்லஉளப் பாங்கொன் றில்லான்
அன்னையினைக் கொலைசெய்தான்; தந்தை தன்னை
அழித்திட்டான்; அன்னத்தை ஒழிப்ப தற்கும்
முன்னின்று காத்தாளை ஆத்தா என்னும்
முதியாளைத் தீர்த்திடவும் குறியா நின்றான்![18]

என்று கூறுவான். அமைச்சனும் அரசனிடம்,

கொடியோனைக் கதிர்நாட்டை ஆள விட்டீர்!
சீறுகின்ற பாம்புக்குத் தவளை யூரில்
திருமுடியோ சூட்டுவது? பின்பு காண்பீர்![19]

என்று கூறுவான். நரிக்கண்ணனின் இயல்பு இருவருக்கும் தெரிந்து விடுகின்றது. இருவரும் அன்னத்தைக் காக்க முடிவெடுக்கின்றனர்.

பாண்டியன் பரிசைத் தேடும்போது தென்மலைக்கு எவரும் வரக்கூடாது என்று 'எட்டி' என்பானை மாறுவேடத்தில் அனுப்பி பூதமென ஊர்மக்கள் எண்ணுமாறு செய்தவன் நரிக்கண்ணன்; நல்லறிவற்ற கசடன். இதனை வீரப்பனின் தோழன் ஒருவன் "நரிக்கண்ணற்கோ, நல்லறிவோ அணுவுக்கும் மிகவும் மட்டம்!"[20] என்கின்றான். நரிக்கண்ணன் பேழை தேடுவாரை எல்லாம் நோட்டம் பார்க்கின்றான். தெருத்தோறும் வாழ்வாரை ஒருங்கழைத்து "செப்பிடுவீர்! உண்மைதனை" என்கின்றான். அரண்மனைக்குள் தான் தந்த பேழைதனை ஒளித்தவரும் நீர்தாமோ?" என்று

17. இயல் - 34 : 3 - பக். 58
18. இயல் - 30 : 1 - பக். 55
19. இயல் - 30 : 2 - பக். 55
20. இயல் - 56 : 6 - பக். 100

பெரியோரையெல்லாம் அதட்டுவான். பெண்களை எரிமுளும் கண்ணாலே அஞ்சவைப்பான். இதனால் அன்பை அறியாதவன் என்பதும் காட்சிக்குக் கசடன் என்பதும் புலனாகின்றன.

பூதப் பின்னலின் சூழ்ச்சியில் அவன் சிக்கிக் கொள்ளுகின்றான். "வினை விதைத்தவன் வினை அறுப்பான்" என்னும் பழமொழி இவன் வாழ்வில் உண்மையாகின்றது. இவன் சூழ்ச்சி வலை கதை முழுவதும் பரவி நின்று அனைத்தையும் சூழ்ந்தாலும் அரண்மனைக்குள் மாம்பூ அடையாளத்துடன் பூதமாக உலவும் நரிக்கண்ணன் அன்னத்தின் வாளுக்கு இரையாகின்றான்.

பனையினின்று
காய்இற்று வீழ்வதுபோல் நரிக்கண் ணன்தன்
கருந்தலைவீழ்ந் ததுவேஅன் னத்தில் வாளால்![21]

தான் கதிர்நாட்டை ஆள வேண்டும் என்று கொண்டிருந்த பேராசை மண்ணோடு மண்ணாகின்றது. அன்னையையும் அத்தனையும் மாய்த்தவன் அவர்தம் அன்புச் செல்வியாலே மாளநேர்வது விதியின் ஒரு பெருவிளையாட்டு!

21. இயல் - 74 : 1 - பக். 140

இயல் - 6

துணைக் காவிய மாந்தர்கள்

காவியத்தில் வரும் துணைக் காவிய மாந்தர்களை மூவகைப்படுத்தி நோக்கும் மரபும் உண்டு[1].

முதல் வகை: காவியத் தலைவன், தலைவியர் வாழ்வில் தொடர்புடையவராகவும், அவர்கள் வாழ்க்கையில் முக்கிய திருப்பங்களை உண்டாக்குபவர்களாகவும் செயற்படும் துணைக் காவிய மாந்தர்களை **"ஒன்றிய காவிய மாந்தர்கள்"** எனலாம். பாண்டியன் பரிசில் ஆத்தாள் கிழவி, வீரப்பன் இவர்களை இவ்வகையில் அடக்கி நோக்கலாம்.

இரண்டாம் வகை: முதன்மை (தலைமைக்) காவிய மாந்தர்களைத் தெளிவாகப் புரிந்து கொள்ளவும், அவர்களுடைய பண்பை நன்கு அறிந்து கொள்ளவும் துணைபுரிந்தும் அவர்களுடன் அதிகமாக ஒட்டியும், ஒட்டாமலும் இயங்கும் காவிய மாந்தர்களை **"ஒட்டிய காவிய மாந்தர்கள்"** என்று பிரித்து நோக்கலாம். "பாண்டியன் பரிசு" என்ற காவியத்தில் வேழமன்னன், கதிரைவேலன், கண்ணுக்கினியாள் இவர்களை இப்பிரிவில் அடக்கி நோக்கலாம்.

மூன்றாம் வகை: காப்பியக் கதை வளர்ச்சியில் சிறிதளவே இடம் பெற்றுத் தலைமை மாந்தரின் பண்பு விளக்கத்திற்குச் சில சமயம் ஊன்றுகோலாய் விளங்கும் துணைக் காவிய மாந்தர்களை **"ஊன்றிய காவிய மாந்தர்கள்"** என வேறுபடுத்தி நோக்கலாம். இந்தக் காவியத்தில் பங்குபெறும், பொன்னப்பன், நீலன்-நீலி இவ்வகையில் அடங்குவர்.

1. ஒன்றிய காவிய மாந்தர்கள்

(1) ஆத்தாள் கிழவி: இவள் கள்வர்தலைவன் வீரப்பனின் துணைவி. தன் கணவனுடைய தீய ஒழுக்கத்தை வெறுத்து அவனை விட்டுப் பிரிந்தவள். "தீண்டு வீராயின் எம்மைத் திருநீல

---
1. உலகப் பெருங்கவிஞர் கம்பர் - பக். 235

கண்டம்''[2] என்று பரத்தையின் தொடர்பால் கணவனைத் தொடுவதற்கும் விரும்பாத திருநீலகண்டநாயனாரின் அருந்ததி கற்பின் மிக்க துணைவியாரைப் போலவே,

திருடுவதை விடவேண்டும்! அன்றி என்னைத்
தீண்டுவதை விட வேண்டும்[3]

என்று சொல்லிப் பிரிந்தவள். கணக்காயனின் உதவியால் அரண்மனையில் பணியாளாகப் பணியேற்றுத் தன் அருமருந்தன்ன மகன் வேலனைக் காப்பாற்றியவள். வேலனையும் கணக்காயரிடம் கல்வி பயிலச் செய்து அவனை ஆளாக்கியவள். அரண்மனையில் பணியாளாக இருப்பினும் நல்லூரை விட்டுப் புல்லூர் சென்ற ஆத்தாள் கிழவி தனிக் குடிசை ஒன்றை அமைத்துக்கொண்டு அதில் "தேனடையும் ஈயும்போல் மகனும் தானும்" "வறுமையிலும் செம்மை வாழ்வு" காண்கின்றாள்.

நல்லொழுக்கம்: வாழ்க்கையில் நல்லொழுக்கத்தைக் குறிக்கோளாகக் கொண்டவள். தன் கணவனின் திருட்டுத் தொழிலை வெறுத்தவள். நற்பண்புகளையே விரும்புபவள். தன் கணவன் பிறர் எள்ளி நகையாடும் நிலையில் வாழக்கூடாது என்று எண்ணுபவள். தன்மகனை நல்வழியில் வளர்த்தவள். "வறியோர்க் கழகு வறுமையில் செம்மையன்றோ ?" கணக்காயனின் தொடர்பு அவள் மகன் வேலன் நல்வழியில் வளர்ந்து, நற்பண்புகள் அமையப் பெற்ற நல்லவனாக, வல்லவனாக, வளர்வதற்கு வாய்ப்பு அளிக்கின்றது.

நாட்டுப்பற்று: அரண்மனைக்குள் வேழநாட்டுப் படை புகுந்து கலக்குவதை அறிந்த ஆத்தாள் நிலவறையின் வழியாக அன்னத்தைக் கிளியை ஏந்திச் செல்வதைப்போல் ஏந்தி நிலவறை வழியாக வெளிச்சென்று காக்கின்றாள். அவளது நாட்டுப்பற்றும் கடமையுணர்வும் அரசிளங்குமரியைக் காப்பதற்கு உந்துவிசைகளாக அமைகின்றன. புல்லூர்க்குடிசையில் புண்பட்ட நெஞ்சங்கள் இரண்டும் - அன்னமும் ஆத்தாளும் - ஒருவரையொருவர் தேற்றிக்

2. திருத்தொண்டர் புராணம் - திருநீலகண் - 6
3. இயல் - 16 : 2 - பக். 28

கொண்டிருக்கையில் ஆத்தாளின் துயர மொழிகள் கல்நெஞ்சத்தையும் உருக்குமாறு கவிஞர் அமைத்துள்ளார்.[4] கடந்து போன துன்பத்திற்குக் கண்ணீர் வடிக்கையில்,

> பழநாள்பாண்டியன்உன்றன் மூதாதைக்குப்
> பரிசளித்தான் இந்நாட்டை! அதைக் குறிக்கும்
> முழுநீளப் பட்டயமும் உடைபூண் வாளும்
> மூடியஅப் பேழையும்போ யிற்றே அந்தோ!
> இழந்ததனால் பேழையினை, அழகு மிக்க
> இந்நாடு நின்உரிமை என்ற உண்மை
> ஒழிந்திடுமே![5]

என்று அவள் செவ்வாயில் உதிர்ந்த அமுத மொழிகள் அவளது நாட்டுப்பற்றை அரண் செய்கின்றன. புல்லூர்க் குடிசையில் ஆத்தாள் அன்னத்தை நோக்கி அழுத அழுகை கல் நெஞ்சத்தையும் உருக்கும்; நாட்டுப் பற்றையும் தெளிவுபடுத்தும்.

நரிக்கண்ணனுக்கு முடிசூட்டுதல் பற்றி முரசறைதல் நடைபெறுகின்றது. செவிமடுத்த ஆத்தாளுக்கு வயிற்றெரிச்சல்; ஆத்தாள் அவனைத் தூற்றுகின்றாள். அப்பொழுது எதிரிகள் குடிசையைச் சூழ்கின்றனர். கணக்காயன் அறிவுரைப்படி வேலன் குதிரைமேலிருந்துகொண்டு பகைவர்களை எதிர்க்கின்றான்.

ஆத்தாள் கிழவியின் மூளை கூர்மையாகச் செயற்படுகின்றது. அன்னத்தை ஆடவனாய் உருமாற்றியும், தன்னைக் "கன்னம் மறைக்கும் தாடியுடைய தாத்தா"வாக உருமாற்றிக் கொண்டும் கண்ணொத்த பையனோடு செல்வதைப்போல கணக்காயன் சீனி வாழும் தனி வீட்டை நோக்கி விரைந்து ஏகுகின்றனர். தன் ஒரே மகன் எதிரிகளுடன் தனியாகப் போரிடுவதைப்பற்றி அன்னம் கவலை தெரிவித்தபோது "ஊர்மீட்கச் சாகட்டும்!"[6] என்று பகர்கின்றாள். நாட்டைக் காக்கும் பொருட்டுத் தன் ஒரே மகன் சாகட்டும் என்று கூறுகின்றாள். கண்மணியாகிய தன்மகனைக் கண்ணெடுத்தும்

---
4. இயல் - 20 பன்முறை படித்து அநுபவிக்கத் தக்கது. பக். 38-40
5. இயல் - 20 : 6 - பக். 40
6. இயல் - 25 : 1 - பக். 47

பாராது தான் கண்ணிமைபோல் அன்னத்தைக் காத்துவரும் ஆத்தாளின் திடநெஞ்சம் நரிக்கண்ணனின் வஞ்சகத்திற்குச் சாட்டையடியாக அமைகின்றது. ஆத்தாளின் நெஞ்சுறுதியைக் கண்ட அன்னம் "பெற்றதாய் பிள்ளையுயிர் போவதையும் எண்ணவில்லை" என்று உலகம் அவளைப் பழிக்கும் என்றும், தன்னால்தான் இப்பழி நேர்ந்ததென்று தன்னையும் உலகம் தூற்றும் என்றும் கூறியவள்,

"மண்ணெடுத்துச் சுட்டிடுசெங் கல்லோ, அன்றி
மலைக்கல்லோ உன்னெஞ்சம்"[7]

என்று சொல்லி வியக்கின்றாள்.

நரிக்கண்ணனுக்கு வேழமன்னன் முடி சூட்டியபோது பொதுமக்கள் முகத்தில் துன்பத்தைக் காண்கின்றான். "காரணம் யாதோ ?" என்றெண்ணும்போது முதியவன் வேடத்திலிருந்த ஆத்தாள் சொல்லுகின்றாள்: நரிக்கண்ணன் வேழமன்னனுக்குக் கோள் மூட்டி பகையை விளைவித்ததையும், பெரும்படை கொண்டு வந்து போரில் மறவர் நெறி பிழைத்ததையும், நரிக்கண்ணன் கதிர்நாட்டான்மீது பின்னிருந்து ஈட்டியைப் பாய்ச்சியதையும், அரசமாதேவியை எதிர்பாராவகையில் வஞ்சத்தால் பெருங்கொலை செய்ததையும், அன்னத்தைத் தான் காத்ததையும், தன்னையும் அன்னத்தையும் கொல்ல ஒவ்வாத முறைகளைச் சூழ்வதையும் விரிவாக எடுத்துக்கூறி தன் உருவத்தையும் அன்னத்தின் உருவத்தையும் களைந்து காட்டி இருவர் உண்மை உருவங்களையும் வெளிப்படுத்துகின்றாள்[8]

அரண்மனையில் அனைவரும் பாண்டியன் பரிசு அடங்கியிருந்த பேழையைத் தேடும்போது,

தெருக்கதவின் அருகினிலும் போக வேண்டா
படைமறைவர் யாவருமே வெளிச்செல் லாதீர்
பகரும்இது வேழவரின் ஆணை யாகும்![9]

என்பதைக் கடைப்பிடிக்காமல் யாரோ ஓர் ஆள் (வீரப்பன்) "அணித்தான தெருவாயில் நோக்கி மெல்ல அகலுவதை" ஆத்தாள்

7. இயல் - 25 : 2 - பக். 47
8. இயல் - 28 : 2-5 - பக். 50-51
9. இயல் - 35 : 2 - பக். 59

கவனித்து அவனது கணுக்காலை வெட்டுகின்றாள். அவனும் இவளுடைய இடக்கையை வெட்டி வீழ்த்துகின்றான். இருபது ஆண்டுகளாகப் பிரிந்திருந்த உடல்கள் அன்புறவில் பழமை மறந்து ஒட்டுகின்றன. வேதனை தாங்காமல் புலம்பும்போது ஆத்தாளின் வாய் "அத்தான்" என்கின்றது; வீரப்பனின் வாயும் "ஆத்தாள்" என்கின்றது. முன்பு ஒருகாலத்தில் இரண்டு கைகளாலும் ஆரத்தழுவிய அதே உடலில் இப்போது "ஒரு கையால் அணைக்கின்றாள்; உயர்வாளாகின்றாள்!"[10] அன்பு முன்னிலும் பன்மடங்கு கொப்புளிக்கின்றது! "பிரிந்தவர் கூடினால் பேசவும் வேண்டுமோ"[11] என்ற கம்பன் வாக்கு நம் மனத்தில் குமிழியிட்டு மகிழ்விக்கின்றது.

அன்னமும் ஆத்தாளும் துயின்ற இடத்தில் அன்னம் காணப்பெறவில்லை. மாறாக செங்குருதி ஆத்தாளின் கண்ணில் படுகின்றது. "நீயோடி இறந்திட்டாய்!" என்று கூறித் துடித் தழுகின்றாள்". எரியும் நெருப்பில் எண்ணெய் வார்த்ததுபோல் ஆங்குப்போந்த நீலி,

"அன்னத்தைச் செங்குருதி சாயக் குத்தி
அழகுடலை இடுகாட்டில் பட்டுப் போன
புன்னையடி யில்புதைத்தார்; என்றன் ஆத்தா!
போனதடி கதிர்நாட்டின் தேனூற் றன்று
சொன்னபடி துடித்தழுது புரண்டாள் நீலி"[12]

இது நீலன் புனைந்த சூழ்ச்சி.

என்னிடத்தில் பேழையினைப் பறிக்க நீலன்
எழிலுடைய நீலியிடம் உளவ றிந்தான்
இன்னல்செய எவ்விடத்தும் ஆட்கள் வைத்தான்
இதற்கிடையில் நீஇறந்தாய் என்று பொய்யை
என்செவியில் நீலியினால் எட்ட வைத்தான்[13]

என்று வேலன் அன்னத்திடம் பேசிய பேச்சால் அறிய முடிகின்றது.

10. இயல் - 38 : 2 - பக். 63
11. கம்பரா. பாலகா. மிதிலைக். 38
12. இயல் - 83 : 2 - பக். 159
13. இயல் - 91 : 1 - பக். 172

அன்னம் இறந்ததாகப் புனையப்பட்ட பொய்ச் செய்தி ஆத்தாளைச் செயலற்றவளாக்கி விடுகின்றது; உணர்வையும் இழந்தவள் போலாகின்றாள். முடிசூட்டு விழாவிற்கு ஆத்தாள் தள்ளாடி நடந்து வருவதைக் காண்கின்றோம்.[14] இந்தக் காவியத்தில் ஆத்தாள் சிறந்ததோர் காவிய மாந்தர்; அற்புதமான படைப்பு. கடமை, கண்ணியம், கட்டுப்பாடு, பொறுப்பு, நாட்டுப்பற்று, தூயபண்பு, செயற்கரிய செயலைச் செய்தல் போன்றவை ஒன்றுதிரண்டாற்போல் படைக்கப் பெற்று படிப்போர் உள்ளத்தில் நீங்காத நிலைத்த இடத்தைப் பெற்றுத் திகழ்கின்றாள். குஞ்சியைக் கோழிகாப்பது போல் அன்னத்தைக் குழந்தைப் பருவம்முதல் பாதுகாத்து அவள் அரசு கட்டில் ஏறும்வரை பங்கு பெற்ற ஆத்தாள் கிழவியை 'ஒன்றிய காவிய மாந்த'ராகக் கொள்வது எல்லாவகையிலும் பொருந்துவதாகின்றது.

(2) வீரப்பன்: இவன் நல்லூரில் வாழ்ந்த திருடர் தலைவன். வேலனின் தந்தை. ஆத்தாளின் அன்புக் கணவன். இவன் திருட்டுத் தொழில் நடத்தி வாழ்க்கை நடத்தினான் என்று நாம் கூறுவதற்கு காவியத்தில் அகச் சான்றுகள் இல்லை. "என்றன் தீயொழுக்கம் என் மனைவியாம் ஆத்தாள் வெறுத்தாள்! "நீயோ திருடுவதைவிட வேண்டும்! அன்றி என்னைத் தீண்டுவதைவிட வேண்டும்" என்ற அவள் வாக்காலே சொல்லக் கேட்கின்றோம்". தம் கணவரின் பரத்தைமை காரணமாகத் தன்னைத் தீண்டக்கூடாது "தீண்டு வீராயின் திருநீலகண்டம்"[15] என்று இறைவன்மீது ஆணையிட்டுக் கூறிய திருநீலகண்ட நாயனாரின் மனைவி கூறிய நிகழ்ச்சியை நினைக்கச் செய்கின்றது. இருபது ஆண்டுகட்கு மேல் வீரப்பன் தன் மனைவி ஆத்தாள், மகன் வேலன் இவர்கள் தொடர்பின்றி திருடர் கூட்டத்துடன் வாழ்ந்து வருகின்றான்.

நரிக்கண்ணன் சூழ்ச்சியால் வேழநாட்டான் கதிர்நாட்டுமீது படையெடுத்து அத்னைக் கைப்பற்றிய பிறகுதான் வீரப்பனுக்குக் குடும்பத் தொடர்பு ஏற்படுகின்றது. அரண்மனைக்குள் வேழநாட்டுப் படைகள் புகுந்தபோது நரிக்கண்ணன் கையில் அவன் எதிர்பார்த்த

14. இயல் - 92 : 1 - பக். 173
15. திருத்தொண்டர் புராணம் - திருநீலகண். 6

பாண்டியன் பரிசு அடங்கியுள்ள பேழை கிடைக்கின்றது. அதனை அப்படியே எடுத்து அடுத்திருந்த ஆள் ஒருவனிடம் தந்து "இதனைக் குப்பன் எனும் என்றன் தேரோட்டியிடம் சேர்" என்று கொடுத்தனுப்புகின்றான். இந்த ஆள்தான் மறவர் உடை அணிந்து கூட்டத்துடன் நின்றிருந்த வீரப்பன். இவ்வாறு தான் பெற்ற பேழையினைத் திருடர்களிடம் காட்டுகின்றான். பின்னர் அதனை ஆரும் அறியா ஓரிடத்தில் மறைத்து வைக்கும் எண்ணத்துடன் புல்லூர் செல்லுகின்றான்.

பேழையின் பாதுகாப்பு: புல்லூர்ச் சிறு குடிசையில் ஆத்தாளும் அன்னமும் ஒருவரையொருவர் தேற்றிக் கொண்டிருந்ததை[16] வெளியில் பேழையுடன் நின்றுகொண்டிருந்த வீரப்பன் கேட்டுக் களி கொள்ளுகின்றான். இப்போது அவன் அறிந்து கொண்டவை : (1) தன் முதுகின்மீது சுமந்திருக்கும் பேழை கதிர்நாட்டுக் கவின் அன்னத்தின் உடைமை என்பதை வெளிப்படுத்தும் தடயம், (2) தன் மனைவி ஆத்தாள் அன்னத்தைக் காப்பதற்கும் கேடுதனை நீக்குவதற்கும் முயலுகின்ற நிலைமை. இதனால் அப்பேழையைத் தக்க தருணத்தில்தான் அவர்களிடம் தருதல் வேண்டும் என்று முடிவு செய்து அதனை யாரும் அறியா இடத்தில் மறைத்து வைக்கின்றான்.

கணுக்கால் வெட்டுப்படல்: வேழமன்னனின் ஆணைப்படி படையுடன் அரண்மனையில் பேழை தேடப்படுகின்றது. கணக்காயன் முதலியவர்களும் தேடலில் பங்கு பெறுகின்றனர். இந்தக் குழுவில் வீரப்பனும் இருக்கின்றான். எவரும் வெளிச்செல்லக் கூடாது என்பது அரசன் கட்டளை. வீரப்பன் "அணித்தான தெருவாயில் நோக்கி அகலுவதை" ஆத்தாள் கவனிக்கின்றாள். அவனைத் துரத்துகின்றாள் வாளை ஓச்சி. யானைக் கூடத்தருகில் இருள் சூழ்ந்த பொதுமன்றத்தருகில் ஆத்தாள் வீரப்பனின் கணுக்காலை வெட்டுகின்றாள். வீரப்பன் ஆத்தாளின் இடக்கையைத் துணிக்கின்றான் - இருவரும் ஒருவரையொருவர் இனங்கண்டு கொள்ளாமல்! "இரு முதியோர் அருகருகு துடித்து வீழ்ந்தார்; செந்நீரில் புரளுகின்ற இரண்டுடம்பும்

16. இயல் - 20 : 1 - பக். 38

தெண்ணீரின் கரைமீனாய்த் துடிக்கும்"¹⁷ என்கின்றார் கவிஞர்; கிழவி "அத்தான்" என்கின்றாள்; கிழவன் "ஆத்தாள்" என்கின்றான். இருவரும் ஒருவரையொருவர் நலம் விசாரித்துக் கொள்ளுகின்றனர். இங்ஙனம் நலம் உசாவும் பேச்சால் ஒருவர் மற்றொருவர்மீது வைத்திருந்த பாசம், நேசம் முதலியவற்றைத் தெளிவாக அறிய முடிகின்றது.

கரிய உடையணிந்திருந்த ஆள்மூலம் வேழமன்னன் நரிக்கண்ணனின் தீச்செயலைக் கேட்டு உள்ளம் உருகினபோது, அருகிலிருந்த "நரைத்த தாடி, இளைத்த உடல், களைத்த விழிக்கிழவன்" (வீரப்பன்)¹⁸

"வேந்தே,
கரிப்பின்றேல் இனிப்பருமை யாரே காண்பார்?
காயின்றேல் கனியருமை யாரே காண்பார்?
நரிக்கண்ணர் இலையெனில்நும் அருமை தன்னை
நானிலந்தான் அறிந்திடுமோ நவில்க"!

என்று திறனாய்வு செய்வதைக் காணும்போது நம் உள்ளமும் பூரித்தெழுகின்றது.

அன்னம் ஒரு சோலையில் தங்கியிருந்தபொழுது,
நல்விழியைத் துயில்வந்து கௌவ, ஆங்கே
....
கைம்மலரில் தலைசாய்த்துப் புன்சிரிப்பைக்
கனிஇதழில் புதைத்துடலை ஒருக்க ணித்துக்
கைவல்லான் வைத்தயாழ் போற்கி டந்தாள்"¹⁹

அப்பொழுது துறவி வேடத்துடன் வருகின்றான். வந்தவன் அன்னத்திடம், "சிறந்த ஓர் பாண்டியன் பரிசு, கைக்கு வரும்; சிறிதும் வருந்தாதே" என்று கூறி,

"அருங்கிளியே உனக்கான ஆட வன்பால்
அதையுரைப்பேன் இங்கவனை அனுப்பாய்"
என்றான்.²⁰

---
17. இயல் - 37 : 1, 2 - பக். 61
18. இயல் - 12 : 2 - பக். 19
19. இயல் - 63 : 1 - பக். 119
20. இயல் - 64 : 2 - பக். 120

அன்னமும் செம்மானூர் சென்று வேலனிடம் செய்தியை உரைக்கின்றாள். வேலனும் துறவிபால் அதனைப் பெறுகின்றான்[21] இத்துடன் வீரப்பனின் பொறுப்பு தீர்கின்றது; அவனும் அன்னத்தின் பால் ஆட்சி வருவதற்குப் பெருங்கடமை புரிகின்றான்.

காவிய மாந்தனின் இன்றியமையாமை: சந்தர்ப்பத்தால் கிடைத்த பாண்டியன் பரிசு அடங்கிய பேழையைக் கண்ணெனக் காத்து தக்க தருணத்தில் உரியவரிடம் ஒப்படைப்பதுட.ன் வீரப்பனின் கடமை முடிந்து விடுகின்றது. கவிஞர் இம்மாந்தன் வாயிலாகத் தம் கொள்கையினைத் தூவுகின்றார். வீரப்பனும் அவனது தோழர்களும் சமுதாயச் சீர்திருத்தக் கருத்துகளைக் கவிஞர் பேசுவதற்குக் கருவிகளாக அமைகின்றனர்.

மூடப்பழக்கத்திலும் மடமையிலும் ஆழ்ந்துகிடக்கும் சமுதாய அமைப்பை மாற்றியமைக்க எண்ணும் கவிஞர் அமைதியான முறையில் சமூகம் மாறாது என்று கருதுகின்றார். சமூகம் இதற்குப் பொருந்திவராது என்று நம்பி தீவிரவாதத்தை ஆதரிக்கின்றார். இதனை,

மக்களைவீழ்த் துய்கொடுமை தீரா இந்த
ஆட்சிக்குப் புறம்பாய்நான் இருக்கும் போதே
அற்றதுகால்! அரசு பெற்றால் உயிர்போம்"[22]

என்ற வீரப்பனது கூற்றால் அறிய முடிகின்றது.

சாதாரணமாக அறத்திற்குப் போராடி அமைதியான முறையில் வெற்றி காண்பதென்பதற்கு உலக வரலாற்றில் சான்றுகள் இல்லை. ஆனால், **1942**-இல் நமது நாட்டில் காந்தி வழியில் நடைபெற்ற புரட்சியைக் கூறி மகிழலாம். அக்காலத்தில் "செய்; அல்லது செத்து மடி" (Do or Die) என்ற "போர்க்குரல்" (Slogan) எங்கும் ஒலித்தது. இன்றும் நம் மனக்காதில் கேட்கத்தான் செய்கின்றது. அதன் விளைவாக நீதி மன்றத்திற்குத் தீயிடல், இருப்பூர்திகளைக் கவிழ்த்தல், பேருந்துகட்குத் தீயிடல் போன்ற செயல்களை நாம் மறத்தற்கில்லை.

---

21. இயல் - 64 : 3 - பக். 121
22. இயல் - 56 : 2 - பக். 98

கையாலாகாத கவைக்குதவாத இம்முறை செயலற்றுப் போனபிறகு இறைவனின் அவதாரக் கொள்கை பிறக்கின்றது. **"அறம் தாழ்ந்து மறம் தலை தூக்கி நிற்கும்போது, நல்லோரைக் காப்பதற்கும் அல்லோரை அழிப்பதற்கும் நான் யுகந்தோறும் அவதரிக்கின்றேன்"** என்பது கீதை வாக்கியம்.

புத்தர், மகாவீரர், நபிகள் நாயகம், இயேசுநாதர் பிறந்து தம் கொள்கைகளைப் போதித்தும், அக்கொள்கைகளை அவர்தம் சீடர்கள் விடாமல் போதித்தும் சமூகம் திருந்தவில்லை. மாறாக மதவெறி, மொழிவெறி, சாதிவெறி போன்றவைதாம் நேர்முறையிலும் நேரல் முறையிலும் செயற்பட்டு வருவதை நாம் நேரில் காண்கின்றோம். நம்நாட்டில் நீதிநூல் களஞ்சியம் தோன்றியதுபோல் எந்த நாட்டிலும் தோன்றவில்லை. அவற்றாலும் மக்கள் திருந்தவில்லை. அவை பேச்சுப்போட்டி, கட்டுரைப்போட்டி போன்றவைக்குப் பொருளாக அமைவதற்குத்தான் பயன்படுகின்றன. உள்ளொன்று வைத்துப் புறம்பொன்று பேசும் பல்வேறு துறைத் தலைவர்கள் இருக்கும்வரை, "ஓதியுணர்ந்தும் பிறர்க்குரைத்தும் தாம் அடங்காப் பேதைகள்" இருக்கும்வரை எந்த மாற்றத்தையும் காணமுடியாது. எண்ணிக்கையில் குறைவான சில அரசியல் தந்திரவாதிகள், அரசியலைத் தம் பிழைப்புத் தொழிலாகக் கொண்டு ஆட்சியைக் கைப்பற்றி அட்டகாசம் செய்து கொண்டிருக்கும்வரை சமூகத்தில் எந்த முன்னேற்றத்தையும் காணமுடியாது.

உடல்நல விதிகளையும் நல்ல உணவுமுறைகளையும் பின்பற்றாமல் நாக்குக்கு அடிமைப்பட்டு, கண்டவற்றைத் தின்று வயிற்றை நிரப்புவதையே குறிக்கோளாகக் கொண்டவர்களிடம் சர்க்கரை நோய் தோன்றியும், குருதி அமுக்கம் தோன்றியும் அழிவுக்குக் காரணமாக அமைவதைப்போல், நெறிபிறழ்ந்த ஆட்சியும், தலைவர்கள் ஏமாற்றும் வித்தைகளைக் கையாண்டு பிழைக்கும் வழிகளும் தீவிரவாதிகள், பயங்கரவாதிகள் அரசியல் தலைவர்களைக் கொல்லும் போக்குகள் இவை பஞ்சாப், ஜம்மு-காஷ்மீரம், அஸ்ஸாம், ஆந்திரம் போன்ற பகுதிகளில் தோன்றிக் கட்டுக்கடங்காமல் போய்க் கொண்டிருப்பதைக் காணத்தான் செய்கின்றோம். ஆட்சிப்

பொறுப்பிலுள்ளவர்கள் இவற்றை அடக்குவதுடன், இவற்றிற்குரிய காரணத்தையும் அழித்தொழிக்கப் பாடுபடல் வேண்டும். இன்றைய அரசியல் தலைவர்களின் மெத்தனமான போக்கும், வாய்ச் சவடால்களில் கூறும் தந்திர சமாதானமும் பயங்கரமான எதிர்காலத்தைத் தோற்றுவிக்கும் என்ற அச்சமும் மக்களிடையே விளைவித்து வருகின்றது.

அறத்திற்குப் போராடி வெற்றி காணமுடியாதவர்கள் சமுதாய மாற்றத்தை வன்முறை மூலம் நிறைவேற்ற முயல்கின்றனர் என்பதை இக்கால நிகழ்ச்சிகள் குறிப்பாக அமைகின்றன. ஆயினும் வீரப்பன் இவற்றிற்கும் விதிவிலக்காக அமைகின்றான். சாதி, சமயம், சமத்துவம், விடுதலை, பகுத்தறிவு, பொதுவுடைமைப் புரட்சிமாற்றம் காண விரும்பும் ஒரு புரட்சியாளன் கூற்றாகவே அமைகின்றது வீரப்பன் தன் தோழனிடம் பேசும் பேச்சு.

எல்லார்க்கும் எல்லாம்என் றிருப்ப தான
இடம்நோக்கி நடக்கின்ற திந்த வையம்:
கல்லாரைக் காணுங்கால் கல்வி நல்காக்
கசடர்க்கும் தூக்குமரம் அங்கு உண்டாம்
இல்லாரும் அங்கில்லை; பிறன்ந லத்தை
எனதென்று தனியொருவன் சொல்லான் அங்கே!
நல்லாரே எல்லாரும், அவ்வை யத்தில்
நமக்கென்ன கிழியட்டும் பழம்பஞ் சாங்கம்![23]

வீரப்பன் என்ற காவிய மாந்தனின் வாயிலாக இத்தகைய கருத்துகளைப் பரப்பியிருப்பது எருமை மாட்டின்மீது மழைபெய்தது மாதிரி எதற்கும் அசையாத இன்றைய சமூகத்திற்கு - அதில் அமைந்திருக்கும் மெத்தனமாக இருக்கும் அரசியலாரின் போக்கிற்கு - ஒரு சாட்டையடி கொடுப்பதுபோன்றது. வீரப்பனின் தோழர்களின் பேச்சும் இப்பாணியிலேயே அமைந்துள்ளது. வீரப்பனைத் தன்னுடைய ஆட்களில் ஒருவனாகக் கருதி பாண்டியன் பரிசு அடங்கியுள்ள பேழையை அவனிடம் தருகின்றான் நரி. அதனை வாங்கி வந்த வீரப்பன் அதனைத் தன் திருடர் தோழர்களிடம் காட்டுகின்றான்.

---

23. இயல் - 56 : 4 - பக். 99

அவர்களில் ஒருவன்,

> இருக்கின்ற பேழையினைத் தேடித், தூக்கி
> எடுத்துப்போ என்றானே, அவனை யாரும்
> ஒருபேச்சும் பேசார்கள்; சும்மா நின்ற
> உம்மைஅவன் திருடனென்று சொன்னான் அன்றோ?
> பொருளாளி திருடர்களை விளைவிக் கின்றான்;
> பொதுவுடைமை யோன் திருட்டைக் களைவிக்
> கின்றான்[24]

என்று கூறுகின்றான். இன்னொருவன், "சமுதாயத்தின் நடுவில் மன்னர், பழம்புலவர், வணிகர், அரசியல் எத்தர்கள் ஆகிய மக்களின் பொருளைச் சுரண்டுகின்ற திருடர்கள், தங்கள் திருட்டை மறைக்க முயலும் நிரந்தர முயற்சியே நம்மைத் திருடர் என்பது; நமக்குத் திருட்டுப்பட்டம் கட்டுவது" என்கின்றான்.

> மன்னர் பழம்புலவர் வணிகர்கட் கெல்லாம்
> வரும்பெயரை நமக்காக்கும் முயற்சி[25]

என்பது அவன் கூற்று. வீரப்பனின் தோழர்கள் தத்தம் மனப்போக்கின்படி சரியான ஆட்சியமையாத சமூகத்தைத் தம் செயலால் கலக்குவது நியாயந்தான் என்பதை வலியுறுத்துகின்றனர்; தெளிவுபடுத்துகின்றனர். பொதுவுடைமைக் கோட்பாட்டையும், சமுதாயக் கோட்பாட்டையும் பகுத்தறிவு மற்றும் விடுதலையுணர்வுக் கோட்பாட்டையும் வீரப்பன் வாயிலாக விளக்குகின்றார் பாவேந்தர்.

காவியத்தின் இறுதியில் அனைவரும் ஒன்று கூடுகின்றனர். வேழநாட்டுப் படைமறவர் காப்பளிக்க வருகின்றனர். வாழ்த்துரைக்கக் கணக்காயர் வருகின்றார். அனைவரும் வேலனோடு பேழையைக் காண்கின்றனர். அன்னத்தின் நடைகண்டு அனைவரும் மகிழ்கின்றனர். துறவியாரும் வந்தார். ஆத்தாள் தள்ளாடி நடந்து வந்தாள்; நீலியும் வந்தாள். வெற்றியெல்லாம் துறவியினுடையது என்று கூறி வேலன் அவரை வணங்கி நின்றான். வாழ்வு முழுவதையும்

---

24. இயல் - 17 : 2 - பக். 31
25. இயல் - 17 : 3 - பக். 32

அளித்தற்கு உவகையுடன் ஒருபோதும் மறவேன் என்றாள் அன்னம் துறவியாரை வணங்கி,

பெற்றவன்தன் பிள்ளைக்கு நலத்தைச் செய்தான்
பெருவியப்புக் கிடமில்லை என்று கூறி
ஒற்றுநரை முடிநீக்கி வீரப் பன்தன்
உருக்காட்டி னான்யார்க்கும் உவகை யூட்டி![26]

துறவியாரின் உண்மை உருவம் கண்டு அனைவரும் மகிழ்கின்றனர். எதிர்பாராதவகையில் கிடைத்த பாண்டியன் பரிசு அடங்கிய பேழையைக் காப்பாற்றி கதிர்நாட்டு அரசாட்சியைக் கைப்பற்றக் காரணமாயிருந்த வீரப்பன் 'ஒன்றிய காவிய மாந்த'னாகின்றான்.

2. ஒட்டிய காவிய மாந்தர்கள்

(1) வேழமன்னன்: இவன் வேழ நாட்டரசன்; நரிக்கண்ணன் என்ற சேனைத் தலைவனின் சூழ்ச்சியால் கதிரை நாட்டின்மீது தண்டெடுத்து வந்து அந்த நாட்டைக் கைப்பற்றி நரிக்கண்ணனுக்கு முடிசூட்டியவன். இஃது எதிர்பாராமல் நடைபெற்ற நிகழ்ச்சி. இம்மன்னன் நாட்டாசை கொண்டவனும் அல்லன்; எளியாரைக் கொடுமைப்படுத்த வேண்டும் என்ற நோக்கமுடையவனும் அல்லன். மாறாக, பண்டைத் தமிழ்மன்னர்களின் மானமும், மதியும் வீரமும் கொண்ட குணநல சீலன். இத்தகைய நற்பண்புகளைக் கதிரை நாட்டரசன் இறந்தபின்பு கண்ணுக்கினியாளிடம் கூறும் ஆறுதல் உரைகளால் அறியலாம்.

ஆயினும் வேழநாட்டரசன் கதிரை நாட்டுமீது தண்டெடுத்து வருவதற்குக் காரணம் யாது? இதனை முதியோன் ஒருவனின் கூற்றால் அறியலாம். வேழமன்னன் நரிக்கண்ணனுக்கு முடிசூட்டி அமைச்சர், தானைத் தலைவர்கள் சூழ திருமன்றில் மகிழ்ச்சியுடன் அமர்ந்திருந்தபோது கண்ணெதிரில் அமர்ந்திருந்த நாட்டார்பால்,

குளிர்புனல்சேர் கதிர்நாட்டை நரிக்கண் ணற்குக்
கொடுத்துவிட்டேன்; அவன்குறையை முடித்து

---

26. இயல் - 92 : 2 - பக். 173
27. இயல் - 28 : 1 - பக். 50

விட்டேன்[27]

என்னருமைப் படைத்தலைவன் மகிழும் வண்ணம்
யான்புரியத் தக்கது புரிந்து விட்டேன்
தன்னருமை உழைப்பாலே என்னி டத்தில்
தான்பெறத் தகுந்ததைத்தான் பெற்று விட்டான்![28]

என்றுகூறி பொன்முடியை அவன் தலையில் சூட்டும்போது பொதுமக்கள் முகத்தில் துன்பத்தைக் கண்டதாகவும் அதற்குக் காரணம் அறியக் கூடவில்லை என்று மொழிந்தபோதும் ஒரு முதியோன், கூறுவான் :

நரிக்கண்ணன் கதிர்நாட்டை அடைவ தற்கு
நல்லதொரு சூழ்ச்சியினைத் தேட லானான்;
எரிவுதனைக் கதிரைவேல் மன்னன் மேலே
ஏற்றினான் தங்கட்கு! நம்பி னீர்கள்![29]

என்று தொடர்ந்து போரில் அறம் பிழைத்த விவரத்தையும் (நரிக்கண்ணன் கதிரைவேலன்மீது ஈட்டியினைச் செலுத்தியதையும்) கூறித் தான் அன்னத்தைக் காத்ததையும் கூறித் தன் மாற்றுடையையும் அன்னத்தின் மாற்றுடையையும் களைந்து தான் பணிப்பெண் ஆத்தாள் என்றும், அன்னம் இளவரசி என்றும் மெய்ப்பித்தாள். அன்னத்தையும் தன்னையும் கொன்றொழிக்க நரிக்கண்ணன் கையாளும் ஒவ்வாத முறைகளையெல்லாம் தோலுரித்துக் காட்டுகின்றாள் ஆத்தாள்.

போர்க்களத்தில் புண்பட்ட முதுகு கண்டு, "ஐயகோ ! முதுகு காட்டத் துணிந்ததுவோ தமிழா ! நின் தமிழ நெஞ்சம் !" என்று நாணப்பட்டுப் புலம்பும்போது, எதிரில் நின்ற இளவேட்டரசன், இரக்க நெஞ்சன் கூறுவது:

"மனை விளக்கே, நின்துணைவன் கதிரை வேலன்
வாட்போரை என்னோடு நிகழ்த்துங் காலை
முகமறைத்த ஒருதீயன் எவனோ பின்னே
முடுகிவந்து நடுமுதுகில் எறிந்தான் ஈட்டி!
திகைத்தேன்நான்! சாய்ந்தான்அம் மறவோர் மன்னன்!

---

28. இயல் - 28 : 2 - பக். 50
29. இயல் - 28 : 3 - பக். 51

துணைக் காவிய மாந்தர்கள் ✔ 79

திகழிமய மலைபோலும் அவன்கொண் டுள்ள
புகழ்க்கென்ன! உன்குடிக்கு வாய்த்த மானம்
போனதெனப் புலம்புவதும் என்ன? பெண்ணே!
அகத்துன்பம் நீங்கியிரு! செல்க உன்றன்
அரண்மனைக்கே"[30]

இந்த ஆறுதல் மொழிகள் அவனது உயர் பண்புகளைப் புலப்படுத்துகின்றன.

நரிக்கண்ணன் அன்னத்தைத் தேடி அரண்மனைக்குள் செல்லும்பொழுது, "கரிய உடை போர்த்து வந்த காலாள்" நரிக்கண்ணன் தன் உடன் பிறந்த தங்கையைக் கொன்ற செய்தியை வேழநாட்டு மன்னனுக்கு எடுத்துரைக்கின்றான். இதனால் இரக்கம் மிக்க மன்னன், மனம் உருகுகின்றான்.

"...... மக்களிடை மகனாய் வாழ
ஒண்ணாத கொடுவிலங்கை இந்நாள் மட்டும்
தெரியாதேன் வைத்திருந்தேன் அரண்ம னைக்குள்
தீருவதெந் நாள்இந்தப் பழிதான்"[31]

என்று உள்ளம் வெதும்புகின்றான். "அருகிருந்த அழிவொன்றே தொழிலான் மறவர்தாமும் இரக்கமுறலானார்கள் !" என்று கவிஞரும் தம் கூற்றாக உரைத்து உள்ளம் உருகுகின்றார்.

அன்னையையும் அப்பனையும் இழந்த கதிரைநாட்டு இளவரசி மீது மிகவும் கழிவிரக்கம் கொண்டவன் வேழமன்னன். அன்னத்தையும் ஆத்தாளையும் இனங்கண்டுகொண்ட பின்னர்,

என்செய்வேன் பழிசுமந்தேன் பழிசு மந்தேன்
எப்போதும் உமக்கேஓர் தீமை யின்றி
யான்காப்பேன் அஞ்சாதீர் என்றான் மன்னன்[32]

இவர்கள் இருவரையும் காக்கும் முறைகளை ஆராய்கின்றான். அமைச்சன் சொல்வான்:

கொடியோனைக் கதிர்நாட்டை ஆள விட்டீர்!
சீறுகின்ற பாம்புக்குத் தவளை யூரில்

---

30. இயல் - 8 : 3-4 - பக். 13
31. இயல் - 12 : 1 - பக். 19
32. இயல் - 29 : 2 - பக். 52
33. இயல் - 30 : 2 - பக். 53

7

திருமுடியோ சுட்டுவது பின்பு காண்பீர்!"[33]

என்று கூறி அன்னத்தின் கருத்தறிந்து ஆவன செய்யுமாறு யோசனை தெரிவிக்கின்றான். அவள் கருத்துப்படி "பாண்டியன் பரிசினை" அரண்மனையில் படைகளைவிட்டுத் தேடச் சொல்லுகின்றான். முதியோன்போல் மாற்றுருவம் கொண்டு ஆத்தாளும், கணக்காயன், அன்னம் முதலியோரும் உடன் சென்று தேடுகின்றனர். கிடைக்கவில்லை.

எதனையும் எவர் சொல்லையும் எளிதில் நம்பிவிடக்கூடிய மனஇயல்பினன் வேழமன்னன்.

"எவரெதனைச் சொன்னாலும் ஆம்ஆம் என்றே
இயம்புகின்ற வேழத்தான்"[34]

என்று கூறுவார் கவிஞர். படையெடுப்பு நரிக்கண்ணனின் சூழ்ச்சியில் தான் நடைபெற்றது என்பதை முதியோன் பேச்சால் அறியப்படுகின்றது. இது, "வேழநாட்டான் முழுவதும் நமை ஆதரிப்பதாக அன்றோ சொன்னான்?" என்ற நரிக்கண்ணனின் வஞ்சகப் பேச்சாக இருப்பதாக அரசன் கூறுகின்றான்.[35] அரசியும்,

முன்ஒருநாள் - என்அண்ணன் இங்கு வந்தான்
ஏதேதோ மொழிந்திட்டான், என்னிடத்தில்!
அன்னவற்றின் பொருள்இந்நாள் அறிய லானேன்[36]

என்று கூறுவதிலிருந்து இப்படையெடுப்பு நடைபெற்றது என்பது மேலும் உறுதிப்படுகின்றது. வேழ நாட்டானின் எதையும் நம்பும் விளைவுதான் இது.

நரிக்கண்ணனின் தந்திரப் பேச்சை நம்புகின்றான்; அவன் அவிழ்த்த பொய் மூட்டைகளையெல்லாம் உண்மை என நம்புகின்றான்.[37] பொதுவாக தன் தங்கை கதிரைநாட்டு அரசியின் சூழ்ச்சியைப்பற்றிச் செவிமடுத்த வேழநாட்டான்,

ஒருகுலையில் ஒருகாயில் தீமை காணில்
உயர்காய்கள் அத்தனையும் வெறுப்பதுண்டோ?[38]

34. இயல் - 78 : 1 - பக். 148
35. இயல் - 3 : 1 - பக். 4
36. இயல் - 3 : 4 - பக். 5
37. இயல் - 14 : 2-5 - பக். 22-23
38. இயல் - 15 : 1 - பக். 25

என்று கூறி, "நீ கதிரை நாட்டை ஆள்க" என்று ஆணையிடுவதாலும் எளிதாக எதனையும் நம்பும் இயல்பு உறுதிப்படுகின்றது.

உண்மையை அறிந்ததும் நரிக்கண்ணனை வரவழைத்து அவன்மீது சீறுகின்றான்.

"இகழ்ச்சிமுடி பூண்டவனே, என்செய் தாய்நீ:
இந்நாட்டு மன்னவனைப் பின்னி ருந்து
நகைபுரியக் கொலைசெய்தாய்; அடடே நாட்டின்
நங்கையினைத் தங்கையென்றும் பாராய்;
கொன்றாய்![39]"

என்று குற்றப் பத்திரிக்கை வாசிக்கின்றான். அன்னத்தையும் ஆத்தாளையும் தீர்த்துக் கட்ட நினைப்பதாகவும், பாண்டியன் பரிசைத் திருடி விட்டதாகவும் குற்றம் சாட்டுகின்றான்.

அன்னத்தை அழைத்து நாட்டின் பொறுப்பை ஏற்றுக் கொள்ளுமாறு கேட்க, அவள்,

என்பாண்டி யன்பரிசை எனக்க ளிப்போன்
எவனெனினும் அவனுக்கே உரியோள் ஆவேன்
அன்பாண்டா ரே,இதுஎன் உறுதி யாகும்
அருள்புரிய வேண்டுமென்றாள்[40]

என்று பதிலுரைக்க, அரசனும் அதனை ஒப்புக்கொள்கின்றான்.

.... நீ,
சாற்றுமொழி ஒவ்வொன்றும் நோக்கும் போது
நூற்றுக்கொன் றேஅன்றோ மானே! உன்றன்
நுண்ணறிவால் நீயுரைத்த வாறு நானும்
ஏற்றுக்கொண் டேன்; அதுபோல் ஆகட்டும்[41]

என்கின்றான். அன்னத்தின் கருத்தை முரசறைவிக்கின்றான்.

பேழை கிடைப்பது உறுதியாகத் தெரியாததால், அவனது நல்லமைச்சன், "பேழையைக் காண்பது உறுதியில்லை; நாம் எத்தனைப்

---

39. இயல் - 39 : 1 - பக். 65
40. இயல் - 41 : 1 - பக். 68
41. இயல் - 41 : 2 - பக். 68

பெருநாட்கள் இங்குக் கழிப்பது? ஏழெட்டு நாட்களுக்குள் பேழை கிடைக்காவிடில் 'மாழை' என்னும் அரசன் மருகர்க்கு ஆட்சிதனை வழங்குவதே ஒழுங்காகும்"[42] என்று கூற அதனையும் ஒப்புக் கொண்டு பறையறைவிக்கச் செய்கின்றான்.

காவியத்தின் முடிவில் இவன் "அன்னம் - வேலன்" திருமணத்தை அறிவிக்கின்றான். வேலன் அன்னத்திற்குத் திருமுடியும் சூட்டுகின்றான். "இதன் பின்னர் வேழமன்னனுக்குக் காவியத்தில் இடமில்லாமல் போகின்றது". பேழையின் அடையாளத்தை அன்னம் கூறியதும் படையுடன் பேழையினைத் தேட ஆளியை அனுப்புகின்றான் அமைச்சன் யோசனைப்படி. அப்போது,

> **"திருநாட்டை வென்றேன்நான் எனினும் அந்த**
> **நாடுதனை உடையவர்க்கே நானளித்து**
> **நாளடைவில் அவ்விடத்தில் கப்பம் கொள்ளல்**
> **பீடுடைய அறமாகும்![43]**

என்று சொன்னதை நினைவுகூர்ந்தால் இவன் ஆட்சியின்கீழ் "வேலன்-அன்னம்" இவர்களின் ஆட்சி சிற்றரசாகத். திகழ்ந்தது என்பதை ஊகிக்க முடிகின்றது.

(2) கதிரை வேலன்: இவன் கதிர் நாட்டரசன். செங்கோலன். அன்னத்தின் தந்தை. கதிர் நாட்டரசி கண்ணுக்கினியாளின் காதற்கணவன். இக்காவியத்தில் இவன்பெறும் பங்கு மிகச் சிறியது. சதிராடு கூடத்தில் சில பேசி வேழநாட்டரசனுடன் நடைபெற்ற போரில் மாய்ந்து விடுகின்றான். வேழநாட்டான் முழுப் படையையும் எழுப்பி வருகின்றான். கதிர்நாட்டுப்படை மறவர் கொதித்தெழுகின்றனர்.

அப்போது சதிராடு கூடத்தில் இருந்த அரசன் அரசமாதேவி கண்ணுக்கினியாளிடம் அறப்போருக்கு மாறாக முன்னறிவிப்பு இல்லாமல் மின்னாது இடித்ததுபோல் வந்ததைக் குறித்துக் குறை கூறுகின்றான். "நம் படைகள் ஆயத்தமாக இல்லாது இருக்கும் நிலையில் உன் அண்ணன் நம்மை எதிர்த்தான். இந்நாட்டை உன்

42. இயல் - 77 : 4 - பக். 147
43. இயல் - 34 : 1 - பக். 57

அண்ணன் பெற நினைத்தான். நின் உடன்பிறந்தான் என் பெரும் பகைவன். இவ்வுலகில் நீ என் உயிர்! என் வெற்றியில் நின்துன்பம் உளது" என்று கூறுகின்றான். மேலும்,

"மன்னவன்நான்! எனைநம்பி வாழு கின்ற
மக்கட்கோ என்கடமை ஆற்ற வேண்டும்"[44]

என்று தன் நாட்டுக்காக வருந்துகின்றான்.

இருபடைகட்கும் கடும்போர் நடைபெறுகின்றது. கதிரை வேலன் போரில் இறங்குகின்றான்; தனிப்படுத்தப்படுகின்றான். கோட்டைக்குள்ளே இருவேந்தர் தனியிடத்தில் போர்புரிகின்றனர். கரிய ஆடை மேற்போர்த்து முகமூடி அணிந்திருந்த நரிக்கண்ணன் தன் மைத்துனன் முதுகில் ஈட்டியைப் பாய்ச்சிக் கொன்றொழிக் கின்றான். இத்துடன் இவன் பங்கு முடிகின்றது.

(3) கண்ணுக்கினியாள்: இவள் கதிர் நாட்டரசி. கதிரைவேல் மன்னனின் அரசமாதேவி. அரசனும் அவன் தேவியும் சதிராடு கூடத்தில் உரையாடிக்கொண்டிருக்கையில் வேழநாட்டான் தன் நாட்டின்மீது தண்டெடுத்து வரும் செய்தி அவர்களின் செவிக்கு எட்டுகின்றது. படைத்தலைவனும் அமைச்சனும் அரசன் கட்டளையை எதிர்பார்த்து அருகில் நிற்கின்றனர். அரசி எரியும் கண்ணாளாகின்றாள்.

அழகியஎன் திருநாட்டை அவன்ப றிக்கத்
திட்டமிட்டான்! மணவாளா உன்றன் ஆணை!
திருநாட்டின் மீதாணை! இந்நாட் டின்கண்
மட்டற்ற மகிழ்ச்சியுடன் வாழு கின்ற
மக்கள்மேல் எனக்குள்ள அன்பின் ஆணை![45]

என்று கூறுவதிலிருந்து அவள் தன் நாட்டின்மீது கொண்டிருக்கும் பற்று வெளிப்படுவதைக் காண முடிகின்றது. சங்ககால வீரம் துள்ளி எழுந்து சிங்கநாதம் செய்வதை அனல் தெறிக்கும் இவள் சொற்களில் பளிச்சிடுவதைக் காண்கின்றோம்.

---

44. இயல் - 3 : 3 - பக். 5
45. இயல் - 3 : 4, 5 - பக். 5

சூளுரை: தன் நாட்டின்மீது படையெடுத்து வருகின்றவன் தனக்கு அண்ணன் அல்லன் என்றும், விரைவில் தான் போர்க்களத்தை அடைவதாகவும் அவன் எந்த வட்டத்திலிருப்பினும் அவனைக் கொல்வதாகவும் அல்லது தான் அவனால் மாய்வதாகவும் சூளுரைத்துப் போர்க்களம் ஏகுகின்றாள்[46]

என்அண்ணன் இந்நாட்டில் நுழைவ தாயின்
என்உயிரில் நுழைந்ததன்பின் நுழைக! நானோ
அன்னவனின் உயிர்குடித்த பின்ன ரேஇவ்
அரண்மனையில் அகத்தூய்மை நிரம்பப் பெற்றே
என்கால்வைப் பேன் உறுதி!"[47]

என்கின்றாள். புறத்துறை "மூதின் முல்லைக்கு"[48] இவள் தகுந்ததோர் இலக்கியமாகின்றாள்.

புறநானூற்று மறக்குலப் பெண்டிர் போர்க்களத்திற்குச் சென்று போரிட்டதாகத் தெரியவில்லை. ஆனால், பாவேந்தர் படைத்த பெண்ணரசி போர்க்களம் சென்று போரிடச் செய்திருப்பது கவிதைமாந்தர் படைப்பில் ஒரு புதுமை. அனைத்துத் துறைகளிலும் பெண்கள் ஆண்களுக்குச் சமமாக இடம்பெற வேண்டும் என்ற கருத்து கண்ணுக்கினியாள் வாயிலாகச் செயற்படச் செய்திருப்பது புரட்சிகரமான செயலாகும்.

போர்க்களத்தில் தன் அண்ணன் நரிக்கண்ணனைத் தேடித் திரிந்த கண்ணுக்கினியாள் அண்ணனைக் காணவில்லை. கொலை வாளும் கையுமாக வந்த அவள் தன்னைக் கொண்டவனைப் பிணமாகக் காண்கின்றாள். நிலைகலங்கி நிற்கின்றாள்.

"வீழ்ந்த தோநின்
நெடுமேனி! வீழ்ந்த கதிர்நா டிந்நாள்!
இலைநீதான் எனஅறிந்தால் அஞ்சி வாடும்
இந்நாட்டு மக்களை, யார்தேற்று வார்கள்?
கலைந்ததுவோ என்காதல் ஓவி யந்தான்"[49]

46. இயல் - 3 : 5 - பக். 5
47. இயல் - 3 :.6 - பக். 6
48. மூதின் முல்லை: ஒரு புறத்துறை : வீரர்க்கல்லாமல் அம் மறக்குடியில் பிறந்த மகளிர்க்கும் சினம் உண்டாதலை மிகுத்துச் சொல்லுதல் (பு.வெ. 175).
49. இயல் - 8 : 1 - பக். 12

என்று கதறி அழுகின்றாள். இதனால் கணவன்மீது அவள் கொண்டிருந்த அன்பும் நாட்டுமக்கள்பால் அவள் கொண்டிருந்த இரக்கமும் பாசமும் வெளிப்படுவதைக் காணலாம். கணவன் இறந்ததால் ஏற்பட்ட துன்பத்தைவிட புறப்பண் கண்டு அடைந்த துன்பந்தான் அவளைப் பெரிதும் வாட்டுகின்றது.

அரசி மறக்கள உணர்வுடன் சூளுரைத்துப் போர்க்களம் புகுந்தவள் அரசன் வஞ்சகமாகக் கொல்லப்பட்டபோதும் நாட்டுமக்களை நினைந்தே புலம்புகின்றாள்.

முதுகு காட்டத்
துணிந்ததுவோ தமிழாநின் தமிழ நெஞ்சம்!
தூயநின் மூதாதை, என்மூ தாதை

அனைவருள்ளும் எவரேனும் பகைவன் வாளை
அருமார்பில் முன்தோளில் ஏற்ற தன்றித்
தினையளவும் திரும்பிப்பின் முதுகில் ஏற்ற
சேதியினை இவ்வையம் கேட்ட துண்டோ?[50]

எனப் புலம்புகின்றாள். திரும்புங்கால் எதிரில் நின்ற வேழவேந்தன் உணர்ச்சி பொங்க, இரக்கம் மிஞ்ச,

"மனைவிளக்கே நின்துணைவன் கதிரை வேலன்
வாட்போரை என்னோடு நிகழ்த்தும் காலை,

முகமறைத்த ஒரு தீயன் எவனோ பின்னே
முடுகிவந்து நடுமுதுகில் எறிந்தான் ஈட்டி!"[51]

என்று நடந்த உண்மையினைக் கூறிக் கதிரைவேலன் குடிமானம் காத்து நின்றானேயன்றி கெடுக்கவில்லை என விளம்புகின்றான். உண்மைநிலையுணர்ந்த அரசமாதேவி உயிர்த்தெழுகின்றாள்.

கண்ணுக்கினியாளிடம் நரிக்கண்ணன் "மைத்துனனை நானிழந்தேன் தங்கையே!... செத்தவனை இனிக் காண்பதுண்டோ ?... திருநாட்டை நீ இழந்து, துணை இழந்து கைத்தூண்டிற் சிறுமீனாய்க் கலங்குகின்ற காட்சியினை நான் காண நேர்ந்ததேயோ ?...

50. இயல் - 8 : 2 - 3 - பக். 13
51. இயல் - 8 : 3 - 4 - பக். 13

சிதைத்தானே கதிர்நாட்டின் உரிமை தன்னைத் திரித்தானே மைத்துனனை! அன்பு வேந்தை!"[52] என்று புலம்பி நீலிக்கண்ணீர் வடித்துக்கொண்டிருக்கையில் நரிக்கண்ணனிடம் கரிய உடைபெற்ற ஆள் வருகின்றான். அவனைக் கண்டதும் வாளைத் தூக்கிப் "புனையுந்தார் மன்னனின்பின் புறத்தில் ஈட்டி புகுத்தியவன் நீதானா" என்கின்றாள். அதற்கு அவன்,

"இல்லை
எனக்கிந்தக் கரியஉடை இவரே தந்தார்
ஈயுமுன்னே முன்னவர்மேல் ஈட்டி எய்தார்"[53]

என்று உரைக்கின்றான். அதே நொடியில் நரிக்கண்ணன் தன் இடுப்பில் மறைத்து வைத்திருந்த வாளால் தன் உடன் பிறந்தாளைத் தீர்த்துக் கட்டி,

"ஒன்றுக்கும் அஞ்சாத என்னை இந்நாள்
உயிர்நடுங்க வைத்தவளை ஒழித்தேன்"[54]

என்று நெடுமூச்சு விடுகின்றான். அவளுடைய வீழ்ச்சி இக்காவியத்தில் அவலச் சுவையின் கொடு முடியை எட்டி விடுகின்றது.

3. ஊன்றிய காவிய மாந்தர்கள்

(1) பொன்னப்பன்: இவன் நரிக்கண்ணனின் மகன்; அன்னத்திற்கு முறை மாப்பிள்ளை. "கொழுக்கட்டை" என்று பொதுமக்களால் கேலிப்பெயர் சூட்டப் பெற்றவன்[55] "நரிக்கண்ணன் மகனாய் வந்த கொழுக்கட்டை" என்றும்,[56] "சாப்பாட்டுப் பொன்னப்பன்"[57] என்றும் இவன் குறிப்பிடப்பெறுவதிலிருந்து இவனது சிறுமை இயல்பை அறியலாம். இவனது முறையற்ற பட்டறிவு சிறிதுமில்லாத பேச்சு சிரிப்பை விளைவிக்கின்றது.

---

52. இயல் - 10 : 2 -3 பக். 16-17
53. இயல் - 11 : 1 பக். 18
54. இயல் - 11 : 2 - பக். 18
55. இயல் - 46 இதிலுள்ள 13 பாடல்களும் நகைச் சுவையை விளைவிப்பவை! பக். (76-80)
56. இயல் - 44 : 1 - பக். 73
57. இயல் - 75 : 1 - பக். 141

காவியத்தில் இக்காவிய மாந்தனுடன் நமது சந்திப்பு ஒருமுறைதான் ஏற்படுகின்றது. ஒருசமயம் நீலியும் அன்னமும் உரையாடிக்கொண்டிருக்கையில் இந்த "உலக்கைக் கொழுந்து" வருகின்றது (அறிவற்ற சடப்பொருள் போல் இயங்குவதால் நாமும் இவனை அஃறிணையாகவே சுட்டுவோம்). வலிய வந்து அன்னத்திடம் தன்னை அறிமுகப்படுத்திக் கொள்ளுகின்றது. [58]

என்அப்பன் உன்மாமன் ஆத லாலே,
எனக்குநீ மைத்துனிதான்! நானுன் அத்தான்!
பொன்னப்பன் என்றுபெயர் எனக்கு! நான்மேல்
போட்டிருக்கும் பொன்னாடை பார்ந கைபார்!
உன்னைப்போல் நான்அழகன் அழகி நீயும்![59]

என்ற முதல் அறிமுகப் பேச்சிலேயே இவன் "வண்டவாளம்" தெளிவாகின்றது. "உம்மணா மூஞ்சியையும்" சிரிக்க வைப்பதாக உள்ளது.

அன்னம் கதிர்நாட்டு இளவரசி. இவனோ வஞ்சகமாக கதிர்நாட்டைக் கைப்பற்றிய நரிக்கண்ணனின் மகன். அன்னம் இவனை மணந்துகொள்ள இசைந்ததாகக் கற்பனை செய்துகொண்டு பொன்னப்பன் பேசிய பேச்சுகள் "எள்ளல்" காரணமாக நகைச்சுவையை விளைவிப்பவை.

காவியத்தில் நாம் இவனை இரண்டாம் முறை சந்திக்கும்போது இவன் இறப்பைத்தான் அறிகின்றோம். அரண்மனையில் நூறுபூதங்கட்கும் வேலனுடைய ஆட்களுக்கும் இடையே போர் நடைபெறும்போது,

தீப்பட்ட காட்டினிலே வேங்கை யோடு
சிறுமுயலும் காதல்போல் நரியின் மைந்தன்
சாப்பாட்டுப் பொன்னப்பன் தானும் செத்தான்[60]

என்ற முடிவுச் செய்தி நம்மை எட்டுகின்றது. துறவிபால் இதனைக்

---
58. இயல் - 56 : 1 - பக். 76
59. இயல் - 46 : 2 - பக். 76
60. இயல் - 75 : 1 - பக். 141

கூறியவன் நீலனின் தந்தை. "சிரிக்க உடல் எடுத்தவன்"[61] என்று அன்னத்தால் திறனாயப்பெற்றவன். "உளவியலில் மனவளர்ச்சி குன்றியவர்கள்" (Mentally retarded) என்று வகைப்படுத்தப் பெற்றவர்களில் இவன் ஒருவன் என்று கருத இடமுண்டு.

(2) நீலன்-நீலி: நீலன் நரிக்கண்ணனின் அமைச்சன் மகன்; வஞ்சனைக்கோர் கோள்கலன்; இவனைக் கவிஞர் "அருஞ்சூழ்ச்சி செய்வதிலே மிகக் கைக்காரன் !"[62] என்று நமக்கு அறிமுகம் செய்வார்.

அன்னத்தின் வாளுக்கு நரிக்கண்ணன் இரையாவதற்கு முன்னமே பாண்டியன் பரிசைத் தான் பெறவேண்டும் என்ற நப்பாசை இவன் உள்ளத்தில் உதிக்கின்றது.

இமைக்கின்ற நேரமதும், வீணாக் காமல்
எழிற் பாண்டி யன்பேழை, அன்னம், ஆட்சி
நமக்கு வருமோ? என்று நினைத்தா னாகி
நல்லபல சூழ்ச்சிகளும் நாடு கின்றான்.[63]

என்று கவிஞரே கூறுவார். இவன் இரட்டை வேடம் போடுபவன். நீலியைக் காதலியாகக் கொண்ட இவன் அவளைத் தோழியாக்கிக் கொண்டு அன்னத்தை அடைய பல்வேறு தந்திரங்களைக் கையாளுவதைக் காணலாம். நீலன் நீலியுடன் கொண்ட பேச்சுகளின் உட்கிடக்கையை நீலி அறியாது ஏமாந்த சோணகிரியாக இருந்தாலும் நமக்கு இவன் தந்திரம் நன்கு புரிகின்றது. அமைச்சன் மகன் பாங்கியை மணத்தல் தகாது என்று கடிந்த தன் தந்தையிடம், தன் உள்ளம் நீலியிடம் பறிபோய்விட்டதாகவும், அது திரும்பாது என்று உறுதியுடன் அறுதியிட்டதாகவும், அவரும் அதனை ஒப்புக்கொண்டதாகவும் கூறியவன்,

என்னநீ நினைக்கின்றாய்? அன்னத் திற்கே
எழிற்பேழை தனைத்தேடித் தந்து, பின்னர்
அன்னத்தை ஏன்மணக்க லாகா தென்றால்
அவள்என்றன் கண்ணுக்குப் பிடிக்க வில்லை

61. இயல் - 46 : 13 - பக். 80
62. இயல் - 57 : 1 - பக். 102
63. இயல் - 57 : 1 - பக். 102

பொன்னுக்குப் பித்தளையோ ஒத்த தாகும்?
பூவுக்கு நிகராகுமோ சருகின் குப்பை?
மின்னலிடை, கன்னல்மொழி, இன்னும் சொன்னால்
விரியுலகில் ஒருத்திநீ, அழகின் உச்சி![64]

என்று நீலியைப் புகழ்கின்றான். இதனைத் தொடர்ந்து வரும் பாடல்களும் இதே பாணியிலேயே செல்லுகின்றன. இத்தகைய சாகசப்பேச்சில் பெண்கள்தாம் வல்லவர்கள் என்று சொல்வதுண்டு. ஆனால், ஆண் அவர்களையும் மிஞ்சுவதை நீலனிடம் காண்கின்றோம்.

தான் வேழநாட்டிலிருந்து வந்துள்ளபடியால் அன்னத்தை அறிவதற்கு வாய்ப்பில்லை என்றும், ஆதலால் தன்னையும் அவள் தொண்டருடன் சேர்த்துக்கொள்ளப் பரிந்துரைக்க வேண்டும் என்றும், தான் அன்னத்தின்பொருட்டு உடல், பொருள், ஆவி இவற்றைப் பொருட்படுத்தாமல் உழைக்கக் கடவதாகவும் சொல்லுமாறு வேண்டுகின்றான் நீலன். இவன் நரிக்கண்ணனின், தீச்செயல்கட்கு உதவியாளனாகவும் உடந்தையாளனாகவும் செயற்பட்டவன். நரிக்கண்ணனின் மறைவுக்குப்பின்னர் பாண்டியன் பரிசின்மீது நப்பாசை கொள்ளல் இவன் இயல்பாகின்றது. அதனை எப்படியாவது பெறவேண்டும் என்ற ஆசையால் தூண்டப்பெற்று அறிவு மயங்கிச் செயற்படுகின்றான்.

பாண்டியன் பரிசின் நிலை குறித்துக் கவலைப்பட்ட வேழமன்னன் பாண்டியன் பரிசு அடங்கிய பேழை "ஏழு நாட்களுக்குள் கிடைக்காவிடில் கதிர்நாட்டு உரிமை யாருக்கும் கிடைக்காது" என்ற பறை அறிவிப்பு செய்தவுடன் நீலனின் நப்பாசை வளரத் தொடங்குகின்றது. தாம் பேழையைத் தேடுவதில் செயற்பட்டால் புதிய மன்னனால் தமக்குக் கேடுகள் நேரிடக் கூடும் என்று சில அறிஞர்கள் ஒதுங்கிவிட நீலன் மட்டிலும் "பாடுபட்டுப் பார்ப்போமே" என நினைந்து தேடுதல் பணியில் தீவிரமாக இறங்குகின்றான். சிமிழ்க்காத கண்ணோடு தெருக்கள்தோறும் சிற்றூர்கள் மற்றுமுள்ள இடத்திலெல்லாம் தேடுதல் பணி நடைபெறுகின்றது.

64. இயல் - 57 : 5 - பக். 103

வஞ்சகப்பேச்சு: ஒரு சமயம் மாலைப்போதில் ஆற்றோரமாக நின்றிருக்கும் நீலியைக் காண்கின்றான். அவளிடம் தந்திரமாகப் பேசி பாண்டியன் பரிசின் நிலைமைபற்றி அறிய அவள் வாயைக் கிண்டுகின்றான்.[65] கன்னலொன்று காலடையில் கிடைத்ததைப்போல் அவள் கண்ணெதிரில் கிடைத்தாள்"[66] என முகமன் கூறி பேச்சைத் தொடங்குகின்றான். தந்தை தனது திருமணத்தைப் பற்றிக் கேட்டதாகவும், அதற்கு "அன்னத்தின் தோழி நீலியைத் தவிர எவரையும் மணம்புரிய ஒப்பேன்" என்றும் கூறிவிட்டதாக மொழிந்து,

எழில்பாண்டி யன்பரிசின் நிலைமை என்ன?
கொத்தடையும் மலர்க்குழலே என்னி டத்தில்
கூறுவதற்குத் தடை என்ன என்றான் நீலன்"[67]

அதற்கு நீலி மசிவாளா? "அன்னத்தின் துணையாவார் ஒரு சிலரே. அவர்கள் தேடிவிட்டால் எப்படிக் கிடைக்கும்? "தீனியிட்டுக் கோழியினை மடக்குவார்போல் மூடிவிட்டார் பேழையினை!" என்று சொல்லிக் கையை விரிக்கின்றாள்.

நீலி தான் அன்னத்தின் தோழியாக அமைந்த நிலைமையை எண்ணி எந்தவிதக் குறிப்பையும் வெளியிடவில்லை. அவள் தன் தலைவியிடம் கொண்டிருந்த அன்பு நீலனின் தந்திரப் பேச்சுக்குப் "பருப்பு வேகவில்லை" என்றாகின்றது. மீண்டும், "நின் பொருட்டு அன்னத்திற்கு நன்மை செய்ய நினைக்கின்றேன்".

தன்பொருட்டு வாழ்வான்ஓர் ஏழை! மக்கள்
தம்பொருட்டு வாழ்வானோர் செல்வன்[68]

என்று தான் பிறர் நலத்தின் பொருட்டு அனைத்திற்காகவே - வாழ்வதாகக் கூறி நடிக்கின்றான்[69].

தந்திரப்பேச்சு: நீலி தன் அழகையும் அன்பையும் நீலனுக்குத் துய்ப்பதற்காக வழங்கியவள். ஆகவே, தான் தனக்காக

65. இயல் - 57 : 2 - பக். 102
66. தேடப்போன மருந்து காலில் அகப்பட்டது போல், என்பது பழமொழி.
67. இயல் - 57 : 9 - பக். 105
68. இயல் - 57 : 18 - பக். 108
69. நீலன்-நீலிக்கும் இடையே நடைபெறும் உரையாடல் (இயல் - 57) படித்துச் சுவைக்க வேண்டிய பகுதியாகும் (22 பாடல்கள்)

வாழ்வதைவிட்டு நீலியின் தலைவி அன்னத்தின் பொருட்டுப் பாண்டியன் பரிசைத் தேடுவதற்காகவே தான் வாழ்வதாகப் பொய்யே புகல்கின்றான். நீலியை நோக்கி, "பெண்ணே, நரிக்கண்ணனுக்குத் தான் என் தந்தை அமைச்சன்! ஆனால் அக்கொடியவனைத் தொலைப்பதுதான் என் தந்தையின் நோக்கமாக உள்ளது.

விலங்குபழக் கிடுவானின் வெள்ளா டொன்று
வேங்கையிடம் நெருங்கையிலே மகிழ்வ துண்டோ?
தெலுங்கினிலே பாடிடுமோர் தமிழன் செய்கை
தேனென்றா நினைக்கின்றார் தமிழ கத்தார்?"[70]

என்று கூறுகின்றான். இறுதி இரண்டு அடிகளில் தனது தமிழியக்கக் கொள்கையினை "வாள்வீச்சாக" அமைக்கின்றார் கவிஞர்!

இரண்டாம் முறை நீலன் வீட்டில் நீலனும் நீலியும் பேசியிருந்தபோது நீலிமூலம் முதற்பூதத்தை நரிவிடுத்த செய்தியையும் பின்வந்த பூதத்தை "இளைய அன்னம் பெற்றெடுத்த" செய்தியையும் அறிந்து கொள்ளுகின்றான் நீலன்"[71]

ஆட்படைதான் அடிப்படையோ? அஞ்சி ஓடி
அலுப்படைந்தேன் இதுகாறும்[72]

என்று தன் அறியாமைக்கு வருந்துகின்றான். இந்த உரையாடலில் அன்னத்திற்கு வேலன் அருந்துணையாயிருப்பதையும், அவர்கள் ஒருவர்மேல் மற்றொருவர் காதல் கொள்வதையும், ஒரு துறவி பேழையைத் தேடிவந்து தருவதாய் உரைப்பதையும், இரண்டாம் முறை, பெரும்பூதம் விடுத்தது துறவியே என்பதையும் தெளிவாக அறிந்து கொள்ளுகின்றான். அன்னத்தின் முடிசூட்டு விழா முடிந்து விட்டால் தம்முடைய திருமணமும் தொடங்கலாம் என்பதை,

நெஞ்சொத்த நாமிருவர் மணம் முடித்து
நெடுவாழ்வு தொடங்கலாம் உன்னி டத்தில்[73]

என்று தெரிவிக்கின்றான். இச்சந்திப்பில் நீலனும் நீலியும் நீலன்வீட்டில் "களவு மணத்தை" (கந்தர்வ மணம்) முடித்துக் கொள்ளுகின்றனர்,[74]

---

70. இயல் - 57 : 20 - பக். 108
71. இயல் - 68 : 2 - பக். 128
72. இயல் - 68 : 3 - பக். 129
73. இயல் - 68 : 5 - பக். 129
74. இயல் - 68 : 8 - பக். 130

இதனைக் கவிஞர்,

கட்டிலிட்ட அறைகாட்டி நீலி தோள்மேல்
கையிட்டான் பெருவீடு கமழச் சென்றார்[75]

என்பார். "பெருவீடு" என்பது துறவிகள் கூறும் "சிற்றின்பம்" என்ற பொருளில் கையாளப்பெற்றுள்ளது.

இன்னொரு தந்திரம்: "துறவியார் கிளப்பிவிட்ட பெரும் பூதத்திற்கு" அஞ்சி ஆனையூர்ப்பள்ளியில் புகலிடம் கொண்டு சில மறவர்களிடமும் உரையாடிக்கொண்டிருந்தபோது,

நாமும்
பானையினைத் தலைகவிழ்த்துச் செய்த தைப்போல்
பகைவர்களும் ஒருபூதம் செய்தார் போலும்![76]

என்று கூறுகின்றான். இச்சமயத்தில் நீலன் நீலியிடம் பெற்ற செய்திகளில் சில சொல்ல அங்கு வருகின்றான். அன்னத்தின் ஆட்கள் பேழையை அரண்மனையில் தேடப் போகும் செய்தியை அவிழ்த்துவிட்டு அதைத் தடுக்க வேண்டுமானால்,

இங்கிருந்தே, எல்லோரும் பூதங் கள்போல்
எழில்மாற்றி மொழிமாற்றிக் கிளம்ப வேண்டும்[77]

என்ற திட்டத்தைக் கூற நரிக்கண்ணன் இதனை ஒப்புக்கொண்டு திட்டத்திற்குப் "பச்சைக் கொடி" காட்டினான்.

மேலும் ஒரு தந்திரம்: நீலன் அரண்மனைக்குச் சென்று அன்னத்தின் ஆட்களைச் சந்திக்கின்றான். அன்றிரவு வரவிருக்கும் பொய்ப்பூதம் நூறில் நரிப்பூதம் ஒன்று என்றும், மற்றெல்லாம் உடனிருக்கும் பொய்ப்பூதம் படைமறவர்கள் என்றும் அறிவிக்கின்றான் அன்னத்திடம். மேலும் அங்கு இருந்தோரைப் பார்த்து,

துறவியார் இவர்தாமோ! வேல னாரும்
தூயபிற நண்பர்களும் இவர்கள் தாமோ?
நிறையெனக் கன்புண்டு தங்கள் மீதில்!
நேரினிலே மட்டுந்தான் கண்ட தில்லை![78]

75. இயல் - 68 : 8 - பக். 130
76. இயல் - 69 : 2 - பக். 131
77. இயல் - 70 : 3 - பக். 133
78. இயல் - 71 : 3 - பக். 135

என்று பாசாங்கு செய்து நடிக்கின்றான். தகவல் தந்தமைக்கு வேலன் நீலனுக்கு நன்றி தெரிவிக்கின்றான். துறவியார் நீலன் மூலம் அவன் தந்தை இடது கையில் வேப்பிலை வைத்திருப்பான் என்றும், மன்னன் தலையில் மாம்பூ இருக்கும் என்றும் தெரிந்து கொள்ளுகின்றார். பின்னொருகால் நீலன் நீலியிடம் பேசிக்கொண்டிருந்தபொழுது,

மகிழ்ச்சிக்கோர் அடிப்படைதான் பேழைச் செய்தி
வற்றாத அன்பூற்றே சற்றே கேட்பாய்!
புகழ்ச்சிக்கே உரியவளாம் அன்னத் திற்குப்
பொன்முடியைச் சூட்டிவிட்டால் நாட்டார் பெற்ற
இகழ்ச்சி முடிவடையுமடி![79]

என்னும் நடிப்புப் பாணியில் வஞ்சப் புகழ்ச்சியாகப் பேசுவதைக் காண்கின்றோம். இன்னும் அவன் மனத்தில் பாண்டியன் பரிசைப் பெறும் நப்பாசை அகன்றபாடில்லை!

இறுதியாக வேலன் பேழையை எடுத்து வருங்கால் அவனை ஆட்களை வைத்து எதிர்த்துப் பேழையைப் பறிக்க எண்ணுகின்றான். இம்முயற்சியும் பலிக்கவில்லை. அன்னம் இறந்ததாகப் பொய்வதந்தியை நீலன் மூலம் பரப்பிய சூழ்ச்சியும் தவிடுபொடியாகி விடுகின்றது. நாம் இவன் நிலைக்குப் பரிதாபப்படுகின்றோம். வன்மையற்ற காவிய மாந்தன் இவன்.

நரிக்கண்ணன் வெளிப்படைப் பகைவனாக இருத்தலின் அவனது செயல்களும் அவற்றின் விளைவுகளும் இறுதியில் அவனது பரிதாபகரமான முடிவும் அனைவருக்கும் வெட்டவெளிச்சமாகத் தெரிந்தன. நீலனோ உட்பகைவன். ஆகவே அவனுடைய செயல்களும் எண்ணமும் அவன் முடிவும் எவரும் அறியாவண்ணம் கருக்கொண்டு வளர்கின்றன. ஆனால் அவை செயல்திறனும் செயற்படும் ஆற்றலும் இன்றி வெம்பிப் பயனற்றுப் போகின்றன. வள்ளுவர் கூறும் உட்பகையின் அறிவாற்றலைக் கவிஞர் நமக்குப் புலப்படுத்துகின்றார். ஆனால், அவனுடைய முடிவைக் கூறாது விடுக்கின்றார்.

79. இயல் - 79 : 2 - பக். 151

(3) கணக்காயர் சீனி: இவர் காவியத்தில் வரும் துணைக் காவிய மாந்தர்களில் முக்கியமானவர். வேலனுக்கும் அக்காலத்தில் வாழ்ந்த வேறுபல இளைஞர்கட்கும் கலைகள் பயிற்றுவித்து நேர்மையையும் நாட்டுப்பற்றையும் அவர்களிடம் ஊட்டியவர். இவர் முயற்சியால்தான் ஆத்தாள் கிழவி அரண்மனையில் பணிச்சியாக அமர்கின்றாள்; தனது நேர்மையாலும் கடமையுணர்வாலும் அரசமாதேவிக்குத் துணையாளாகி அன்னத்திற்கும் வளர்ப்புத் தாயாகின்றாள்.

இவர்தான் அரியேறு போன்ற வேலனுக்கும் புலிகள் போன்ற வேலனுடைய நண்பர்கட்கும் கலைகளைப் பயிற்றியதுடன் நில்லாது நாட்டின் உண்மை நிலையையும் கூறுகின்றார். நரிக்கண்ணனின் சூழ்ச்சியினால் கதிர்நாட்டின்மீது வேழநாட்டான் மேற்கொண்ட படையெடுப்பு, கடும்போரில் கதிர்நாட்டரசனைப் பின்னின்று ஈட்டிஎய்து கொன்றமை, தங்கையென்றும் பாராது அரசமாதேவியைக் கொன்றமை, அன்னத்தையும் ஆத்தாள் கிழவியையும் தீர்த்துக்கட்டக் குறி வைத்துள்ளமை முதலிய நிகழ்ச்சிகளைத் தெளிவாக விளக்கிக் கதிரைநாட்டு அரசியலில் முக்கிய பங்கு பெறச் செய்கின்றார்; தாமும் இயலும்போதெல்லாம் இயன்றவாறு பங்கு பெறுகின்றார்.

எதிரிகள் ஆத்தாள் தங்கியிருக்கும் குடிசையைச் சூழ்ந்து தாக்கும் நிலையை வேலனுக்கு எடுத்துக் கூறி அவனைக் கொண்டு பலவீரர்களின் துணையால் ஆத்தாளையும் அன்னத்தையும் காக்கின்றார். அவர்கள் தம் உருவங்களை மாற்றிக்கொண்டு கணக்காயர் வாழும் தனிவீட்டை அடைகின்றனர். பின்னர் அவர்களை மாற்றுருவத்துடன் அரண்மனைக்கு இட்டுச் செல்லுகின்றார். ஆத்தாள் நரிக்கண்ணனின் அடாத செயல்களைத் தோலுரித்துக் காட்டித் தன்னையும் அன்னத்தையும் உருவம் மாற்றி தாம் இன்னார் இன்னார் என்று அறிமுகப்படுத்திக் கொள்கின்றனர்.

வேழநாட்டு மன்னனின் ஆணைப்படி பேழையைத் தேடும் பணியில் இவரும் தக்க படையுடன் பங்கு கொள்கின்றார். கடிதாகவும் தேடுகின்றார். தன்னிடம் கற்கும் திறனுடைய இளைஞர்களை

அழைத்தழைத்துத் தான் நினைக்கும் இடமெல்லாம் தேடச் செய்கின்றார்.

நீலன் யோசனைப்படி நரிக்கண்ணனும் அவனைச் சேர்ந்தோரும் பூதங்களாக அரண்மனையில் நுழைந்தபோது கணக்காயரும் அவர்தம் மாணாக்கர்களும் அரண்மனையில் நுழைந்து தம் பங்கைச் சிறந்த முறையில் ஆற்றுகின்றனர்.

துறவியாரும் விரைவில் பாண்டியன் பரிசை வேலனிடம் சேர்ப்பிக்குமாறு தூண்டுகின்றார்.

வேலன் பேழையுடன் வரும்போது நீலனுடைய ஆட்கள் அவனுடன் மோதிப் பேழையைப் பறிக்க முயலும்போது கணக்காயரும் அவர்தம் மாணவரும் வீரப்பர்க்குக் கையுதவியானவர்களும் நீலன் ஆட்களைப் பிணக்காடாக்குகின்றனர்.

வேலன்-அன்னம் திருமணத்திலும் முடிசூட்டு விழாவிலும் வந்திருந்து வாழ்த்துக் கூறுகின்றார் இச்சான்றோர். இங்ஙனம் தொடக்கம் முதல் இறுதிவரை கதிர் நாட்டு அரசியலில் தொடர்ந்து பெரும் பங்கு கொண்டவர் சீனி என்னும் கணக்காயர்.

(4) எட்டி: இவன் நரிக்கண்ணனின் எடுப்பார் கைப்பிள்ளையாக இருந்து பூதமாக வெளிப்பட்டவன்.

(5) மாழை: இவன் வேழநாட்டரசனின் மருமகன். இன்னும் ஒருவாரத்தில் பரிசுப் பேழை கிடைக்காவிடில் கதிர்நாட்டின் உரிமை இவனுக்குப் போகும் என்பதாக அறிவித்தான் வேழநாட்டு மன்னன்.

இயல் - 7
பூதம் பற்றிய கூத்துகள்

தெய்விக சம்பந்தமான நிகழ்ச்சிகள் கலந்து வருவது பெருங்காப்பியங்களில் (Epics) ஒரு முக்கிய நிகழ்ச்சியாக அமைந்திருப்பதைக் காணலாம். சிலப்பதிகாரம், இராமாயணம், சிந்தாமணி, மணிமேகலை போன்ற தமிழ்க் காவியங்களில் காப்பியக் கவிஞர்கள் இந்தக் கூறினை அமையாமல் தங்கள் காவியங்களை அமைத்திலர். மேனாட்டுக் காப்பியங்களில் கூட இந்தத் தெய்விகக் கூறுகள் (Supernatural elements) கலந்தே அமைக்கப்பெற்றுள்ளன.

பாவேந்தர் தெய்வ நம்பிக்கைகளையும் மூடப்பழக்கங்களையும் வெறுப்பவர். மூடநம்பிக்கைகளை மக்கள் மனத்திலிருந்து அகற்றுவதில் பெருமுயற்சி எடுத்தவர். தம் கவிதைகளில் இப்போக்கினை அமைத்திருப்பதைக் காணலாம். ஏன்? தம் குருநாதரிடம் இருந்துதான் மூடநம்பிக்கைகளை அகற்றும் முறையைப் பெற்றிருக்கலாம் என்று தோன்றுகின்றது.

பாரதநாட்டு மக்களின் அவர்காலத்து நிலைமையை இவ்வாறு எடுத்துக்காட்டி நையாண்டி செய்வார் பாரதியார்.

நெஞ்சு பொறுக்கு திலையே - இந்த
   நிலைகெட்ட மனிதரை நினைந்து விட்டால்
அஞ்சி யஞ்சிச் சாவார் - இவர்
   அஞ்சாத பொருளில்லை அவனியிலே;
வஞ்சனைப் பேய்கள்என்பார் - இந்த
   மரத்தில் என்பார்; அந்தக் குளத்தில் என்பார்;
துஞ்சுவது முகட்டில் என்பார் - மிகத்
   துயர்ப்படு வார்எண்ணி பயப்படுவார்
மந்திர வாதி என்பார் - சொன்ன
   மாத்திரத்தி லேமனக் கிலிபிடிப்பார்;
யந்திர சூனியங்கள் - இன்னும்
   எத்தனைஆயிரம் இவர்துயர்கள்!

தந்தபொரு ளைக்கொண்டே - ஜனம்
தாங்குவர் உலகத்தில் அரசரெல்லாம்;
அந்த அரசியலை - இவர்
அஞ்சுதரு பேயென்றெண்ணி நெஞ்சம் அயர்வார்[1]

என்ற பாடல்களில் இந்த எள்ளல் போக்கினைக் காணலாம்.

தெய்விகக் கூறுகட்குப் பதிலாகப் பேய்பற்றிய மக்கள் கருத்தினைப் "பாண்டியன் பரிசில்" அமைத்துக் கிண்டல் செய்கின்றார் பாவேந்தர்; எள்ளி நகையாடுகின்றார். இக்கருத்துகள் அடங்கிய பாடல்கள் பன்முறை படித்து அநுபவிக்கத்தக்கவை; நகைத்து மகிழத்தக்கவை; கருத்துகள் எள்ளி நகையாடத் தக்கவை. மூன்று நிலைகளில் பூதம்பற்றிய கருத்தினை அமைக்கின்றார் பாவேந்தர். அவற்றை ஈண்டு விளக்குவோம்.

என்பாண்டி யன்பரிசை எனக்க ளிப்போன்
எவனெனினும் அவனுக்கே உரியோன் ஆவேன்[2]

என்று அன்னம் சொன்னதும், அக்கருத்தை ஏற்றுக் கொள்கின்றான் வேழ நாட்டரசன். இக்கருத்தையே முரசறைவித்து எல்லோர் கவனத்திற்குக் கொண்டுவருவதுடன் தேடுவோர்க்கும் பாதுகாப்பும் அளிக்கின்றான். முதலில் அரண்மனையில் நுழைந்து படைத்தலைவன் ஆளியின் தலைமையில் படைபலத்தைக் கொண்டு தேடுகின்றனர். கணக்காயன் தலைமையில் பலர் தேடுகின்றனர். ஆத்தாளும் தாத்தாவைப்போல் உருவம் மாற்றிக்கொண்டு தேடுகின்றாள்.

முதல் நிலை: "கமழாத புதர்ப்பூப்போல் திருடர் யாரும் கதிர்நாட்டின் மலைமேல் இருத்தல் கூடும்" என்று கருதி பிறர் யாரும் வாராதிருக்கவும் நரிக்கண்ணன் சூழ்ச்சிப்படி 'எட்டி' என்போன் பூதம்போல் உருமாற்றிக்கொண்டு கூச்சலிடுகின்றான்.[3] அதிகாலை மலைச்சாரலில் உள்ள நன்செயை நாடி உழச்சென்ற உழவர்கள் "சுடரடிக்கும் கொடுவாளும் கையுமாக" ஒரு பூதம் இருப்பதைக் கண்டு அஞ்சி ஊர் திரும்புகின்றனர்.[4]

1. பா.க. தே.கீ : பாரத ஜனங்களின் தற்கால நிலைமை - 1, 2
2. இயல் - 41 : 1 - பக். 68
3. இயல் - 48 : 1 - பக். 84
4. இயல் - 49 : 2 - பக். 85

வதந்திகளாலும், புளுகு மூட்டைகளாலும் பல பூதங்கள் உருவாகின்றன. படிப்போரை வயிறு வெடிக்கச் சிரிக்கவைக்கின்றன.

இதுமட்டும் சிலர்உரைக்கக் கேட்கு மட்டும்
இன்னொருவன் புளுகினான் இயன்ற மட்டும்;
"அதுமட்டும் தனியல்ல வான மட்டும்
அளவுடைய ஐந்தாறு பெரும்பூ தங்கள்
குதிமட்டும் நிலத்தினிலே தோன்றா வாகிக்
கொண்டமட்டும் ஆட்களையும் வாயிற்கௌவி
எதுமட்டும் வருவேன்என் றெனையே பார்க்கும்
என்மட்டும் தப்பினேன்" என்று சொன்னான்.

"வாலிருந்ததா!" என்றே ஒரு சேய் கேட்டான்
"வாலில்லை பின்புறத்தில் ஏதோ ஒன்று
கோலிருந்ததோ என்றும் கொடியோ என்றும்
கூறமுடி யாநிலையில் இருந்த" தென்றான்
"மேலிருந்து வந்திடுமோ?" என்றான், அந்த
வீதிவரை வந்ததனைப் பார்த்தேன் என்றான்.
காலிருந்தும் போதாமல் இறக்கை வேண்டிக்
கடிதாக ஓடினான் ஐயோ என்றே!"

அவனோடக் கண்டொருவன் ஓட ஆங்கே
அத்தனைபே ரும்பறந்தார்! பூதம்! பூதம்
இவனோடி வந்ததெனக் கூச்ச லிட்டார்
இவ்வீதி அவ்வீதி மக்க ளெல்லாம்
கவணோடும் கல்லைப்போல் விரைந்தா ரேனும்
எவ்விடத்தில் போவதென்றும் கருத வில்லை
கவலைஎரு துகள்போல மக்கள் யாரும்
கால்கடுக்க நகர்சுற்றிச் சுற்றி வந்தார்.

அத்தெருவில் அவ்விடத்தில் பூத மென்றும்
அதுபூதம் இதுபூதம் எனப்பு கன்றும்
தொத்துகின்ற வௌவால்போல் மரத்தின் மீதும்
தூங்குகின்ற பூனைபோல் பரண்கள் மீதும்

முத்தெடுக்கும் மனிதர்போல் கிணற்றினுள்ளும்
மூட்டையினைப் போல்வீட்டின் இடுக்கி னுள்ளும்
மொய்த்திருக்க லானார்கள்! கருத்தின் பூதம்
முன்னிற்கும் பூதமாய் எங்கும் கொண்டே!

முன்நடப்போர் பின்வருவோர் தம்மை எல்லாம்
முகம் திரும்பிப் பார்க்குமுனம் பூதம் பூதம்
என்றலறி எதிர்வருவோர் தமைஅ ணைக்க
என்செய்வோம் பூதம்என அவரும் ஓடி
நின்றிருக்கும் குதிரையையோ எதையோ தொட்டு
நிலைகலங்கி விழும்போதும் புழுதி தூற்றி
முன்றிலிலே பிள்ளைகளின் கண்கெ டுத்து,
முழுநாட்டின் எழில்கெடுக்க முழக்கம் செய்வார்.[5]

என்ற பாடல்களில் இப்போக்கைக் காணலாம். இந்த நிலையில் நரிக்கண்ணன் பேழை தேடுவோரை மேற்பார்த்துத் திரிகின்றான்.[6] அன்னமும் குதிரை ஏறிப் பேழைக்குப் புலன் கேட்கின்றாள்.[7]

இரண்டாம் நிலை: செய்யாற்றின் கரையினிலே செம்மானூரில் செல்வனையும் மனைவியையும் விட்டுக் கொய்யாக் குடியில் கொய்திட்ட காலுடன் வீரப்பன் இருக்கின்றான். அப்போது தோழன் ஒருவன் வந்து தென்மலையில் தான் பாண்டியன் பரிசைத் தேடும்போது நரிக்கண்ணன் பிறர் அணுகாதிருக்கும்வண்ணம்

செய்துவிட ஒருவனைஅம் மலைமேல் ஏற்றித்
தின்னவரும் பூதம்இது என்று சொல்லித்
தெருவாரை அழும்பிள்ளை ஆக்கி வைத்துத்[8]

தேடுவதைக் கூறுகின்றான். அவனும் பூதச் செய்திகளை நகைக்கும் வண்ணம் கூறுகின்றான். தேடுவதில் ஏற்படும் அழிவுகளை விளக்கி,

நாடழிய ஆளுகின்ற நரிக்கண் ணற்கோ
நல்லறிவோ அணுவுக்கும் மிகவும் மட்டம்[9]

5. இயல் - 49 : 3-7 - பக். 86-87
6. இயல் - 60 : 1-3 - பக். 112-3
7. இயல் - 61 : 1-3 - பக். 114-15
8. இயல் - 56 : 5 - பக். 99
9. இயல் - 56 : 6 - பக். 100

என்கின்றான். பூதம் விளைவிக்கும் செயல்களையுடைய பீதியினைக் குறித்து,

மூட்டையொடு கழுதைநடந் திருக்கும், பின்னே
முழுகூனன் ஏகாலி செல்வான், அந்தப்
பாட்டையிலே பஞ்சுநிறை கூடை போகும்
உழவர்க்குப் பழங்கூழும் எடுத்துச் செல்வார்,
காட்டுநீ லச்சாயம் கொண்டு செல்வார்
குறுக்குநெடுக் காய்மக்கள் பலபேர் செல்வார்!
காட்டாளோ பூதம்என்பான், அஞ்சி வீழ்வார்!
கரும்பூதம் வெண்பூதம் ஆவார் யாரும்.

அரண்மனையின் யானைவரப், பூதம் என்றே
அலறினார், மாவுத்தன்! வைக்கோல் வண்டி
எருதின்மேல் வீழ்ந்தான்! சாய்ந்து வைக்கோலும்
எழுப்பி வைத்த சாரந்தான் நெளிய உச்சி
இருந்தகொல் லூற்றுக்கா ரன்கு தித்தான்!
எரியடுப்பால் கூரையும்வைக் கோலும் பற்றித்
தெருப்பற்றி எரிகையிலே, பூதம் அங்கே
சிரிப்பதென அலரினார் அடுத்த ஊரார்![10]

என்றவாறு கூறுவான். கூறியவன்,

"அஞ்ச வைக்கும் பூதத்தை அஞ்ச வைக்க
அஞ்சாறு பூதத்தை நாம னுப்பிக்
கொஞ்சிவிளை யாடவிட்டால் நல்லதாகும்
கூறுகநீர் விடை" என்றான்.

இதனைக் கேட்டு,

நெஞ்சில்வைத்தே வீரப்பன் "வேண்டு மானால்
நிகழ்த்துவோம் நடப்பதெல்லாம் அறிய வேண்டும்
வஞ்சமுற்ற நரிக்கண்ணன் ஆட்கள் எந்த
வழிச்சென்றார் என்பதையும் காண்போம்" என்றான்[11]

இந்தத் திட்டம் செயற்படுகின்றது.

---

10. இயல் - 56 : 7,8 - பக். 100
11. இயல் - 56 : 9 - பக். 101

பூதம் பற்றிய கூத்துகள்

தென்மலையில் நரிக்கண்ணன் ஆட்கள் பேழையைக் கண்டறிய நிலத்தைத் தோண்டுகின்றனர். அப்போது பூதம் ஒன்று வெளிப்படுகின்றது. எல்லோரும் வெருண்டோடி நரிக்கண்ணனிடம் செய்தியைச் சொல்லுகின்றனர்.

> நின்றதொரு நெடுப்பூதம் நரிக்கண் ணன்பால்
> நிகழ்த்தினார் தென்மலையில் எவரு மில்லை![12]

நரிக்கண்ணன் தென்மலைக்கு ஓடுகின்றான். படை மறவர்களில் பலர் அவனுடன் செல்லுகின்றனர். பெரிய பூதம் ஒன்று நெடுவேலைச் சுழற்றி நின்று ஆடியதையும் அரற்றி நிற்பதையும் காண்கின்றனர். உடனே நடுநடுங்கி மூடப்பெற்றிருந்த தெருக்கதவை உதைத்துத் தள்ளி உட்புகுந்து தாழிட்டுக் கொள்ளுகின்றனர்.

> பாடுபட்டு நான்கண்ட சூழ்ச்சி தன்னைப்
> பயன்படுத்திக் கொண்டானே அவன்யார் என்றே![13]

நரிக்கண்ணன் எண்ணினான்[13] பூதத்தை நான்குமுறை நோக்குகின்றான். நோக்க நோக்கப் பெரிதாகும் நிலையைக் காண்கின்றான். உடல் நடுங்கத் தொடங்குகின்றது.

> பெரும்பூதம் தென்மலையில் இருந்த செய்தி
> தெரியாமல் இருந்தேனே எனமு டித்தான்!
> தென்மலைக்கும் அரண்மனைக்கும் இடையில் வாய்த்த
> அரைக்காதம் அதைநினைத்தான்! ஓட லானான்
> அரண்மனைக்குள் பெரும்பூதம்! என்று கேட்டான்.

> வடதிசையைத் தான்மறந்து மேற்கு நோக்கி
> வாழ்ந்தேன்கெட் டேனென்றே ஓடும் போதும்
> தடதடென ஆயிரம்பேர் எதிர்வந் தார்கள்
> சரியாக ஒருதென்னை அளவு யர்ந்த
> கொடும்பூதம் வந்ததெனக் கூறி னார்கள்
> குள்ளநரி பட்டதுயர் கூறொ ணாதே
> பிடித்தான்பின் ஓட்டத்தைக் கிழக்கு நோக்கிப்!
> பெரும்பூதம் என்றுரைத்தார் அங்கும் பல்லோர்[14]

---

12. இயல் - 65 : 1 - பக். 122
13. இயல் - 65 : 2-3 - பக். 122
14. இயல் - 65 : 3-4 - பக். 123

இந்த நிலையில் அரண்மனையில் நரிக்கண்ணனுடைய ஆட்கள், பெண்கள் முதலியோர் அருகிலிருந்த, தூண், கதவு, பெட்டி யாவும் பெரும் பூதமாகத் தெரியக் கண்டு கதறி ஓடுகின்றனர். சிலருக்குப் பயக்காய்ச்சல் ஏறுகின்றது! சிலர் உயிரையே விடுகின்றனர். சிற்சிலர் அஞ்சியோடி பரணுக்குள் ஐக்கியமாகின்றனர். நரிக்கண்ணனுடைய பூதச்சூழ்ச்சி அவனையே திகைக்க வைத்து விடுகின்றது. இந்த நிலையில் அன்னம், வேலன் - நீலி இவர்களுடன் அரண்மனைக்குள் புகுகின்றாள். சிரித்தபடிச் சொல்லுகின்றாள்:

ஆளுயரம் இருந்ததுவாம் நரியார் பூதம்!
ஆள்ஒருவன் தோளிலோர் ஆளை யேற்றத்
தோளுயர்ந்த இரட்டையாட் பூத மன்றோ
சுடுநெருப்பைக் கக்குகின்ற நமது பூதம்!
கோளுக்குங் கோள்பொய்க்குப் பொய்யே வேண்டும்
கொடியவன்வெட் டிய கிணற்றில் அவனே வீழ்ந்தான்
நாளும்எழில் நாட்டார்கள் பூத மென்று
நடுங்குநிலை இரங்கத்தக் கதுதான் என்றாள்.[15]

மூன்றாம் நிலை: முதலில் விட்ட பூதம் நரிக்கண்ணனுடையது. இரண்டாம் நிலையில் எழுந்த பூதம் அன்னத்தினுடையது (வீரப்பன் தோழன் யோசனைப்படி வீரப்பன் பச்சைக் கொடிகாட்ட, அதினின்று பிறந்தது). நீலன் வீட்டில் நீலனும் நீலியும் பேசிக்கொண்டிருக்கும் போது நீலி கூறுவாள்:

முன்வந்த பூதத்தை நரிவிடுத்தான்!
முதற்பூதம் நடுநடுங்கிச் சாகு மாறு
பின்வந்த பூதத்தை இளைய அன்னம்
பெற்றெடுத்தாள்[16]

என்கின்றாள். இதுகாறும் பூதத்தைப்பற்றிக் குழப்பமான கருத்தைக் கொண்டிருந்த நீலனுக்கும் "ஓர் ஆளும் கறுப்புடையும் பூதம்" என்ற தெளிவு பிறக்கின்றது. இதனை,

---

15. இயல் - 66 : 2 - பக். 124
16. இயல் - 68 : 2 - பக். 128

வாட்படையும் வேற்படையும் கண்டு நெஞ்சம்
மலைப்படையக் குதித்தபூ தத்துக் கெல்லாம்
ஆட்படைதான் அடிப்படையோ? அஞ்சி ஓடி
அலுப்படைந்தேன் இதுகாறும்[17]

என்று கூறுவதால் அறியலாம். இப்போது நீலி மூலம் ஒரு துறவி வேலனுக்கு உதவுவதையும், பேழையைப்பற்றி எவரும் கவலையின்றி இருப்பதையும், எதையும் நீலியறியாமல் மறைவாகப் பேசிக் கொள்வதையும் அறிகின்றான்.

நரிக்கண்ணன் அஞ்சியோடி அடைந்த ஆனையூர்ப் பள்ளியில் தன் ஆட்களிடமும் அமைச்சனிடமும் பேசிக்கொண்டிருக்கும்போது, அவர்கள் "இன்றடைந்த பூதத்தை எங்கேனும் கண்டதுண்டோ ?" என்று வினவ, அவர்கள் அதுபற்றிக் "கண்டதும் இல்லை, கேட்டதுமில்லை" என்கின்றனர். அமைச்சன் சொல்வான்:

ஆனையூர் தனில்வந்தோம் இவ்வி டத்தில்
அப்பூதம் வாராத தென்ன; நாமும்
பானையினைத் தலைகவிழ்த்து செய்த தைப்போல்
பகைவர்களும் ஒருபூதம் செய்தார் போலும்!
ஏனிதற்கு நாம் அஞ்ச வேண்டும்?[18]

என்கின்றான். இதற்கிடையில் நீலியிடம் பெற்ற நல்ல செய்திகள் சில சொல்ல வருகின்றான் நீலன். வந்தவன் நரிக்கண்ணனை நோக்கி,

பூதத்துக் கஞ்சுவதோ வேந்தே? அஃது
பொய்ப்பூதம்! ஆள்கொண்டு செய்த பூதம்;
ஊதப்ப றக்குமொரு சருகு! வற்றி
உளுத்தஒரு மிலார்![19]

என்றுகூறி அஃது ஒரு துறவியின் சூழ்ச்சி என்று தெளிவு படுத்துகின்றான். அரண்மனையில் பேழையினை அன்னம், வேலன் முதலியோர் தேடுவதையும், ஒருகால் அஃது அங்கு கிடைக்கலாம் என்றும் சொல்லிவைக்கின்றான். அங்குச் செல்லுமாறும் நரிக்கண்ணனை ஆற்றுப்படுத்துகின்றான்.

17. இயல் - 68 : 3 - பக். 129
18. இயல் - 69 : 2 - பக். 131
19. இயல் - 70 : 1 - பக். 132

இங்கிருந்தே, எல்லாரும் பூதங் கள்போல்
எழில்மாற்றி மொழிமாற்றிக் கிளம்ப வேண்டும்;
அங்கிருக்கும் ஊர்மக்கள் அஞ்சிப் போவார்;
அன்னத்தின் ஆதரவும் குறைந்து போகும்;
சிங்கம்வரக் கண்டஒரு மானைப் போல,
சேயிழைதன் கூட்டமொடு பறந்து போவாள்;
எங்கிருக்கும் ஆட்களையும் அனுப்பீர் என்றான்
ஏற்பாட்டை நரிக்கண்ணன் ஒப்புக் கொண்டான்[20]

நீலன் அரண்மனைக்கும் ஏகி அன்னத்தின் ஆட்களிடமும் நரிக்கண்ணன் முதலியோர் பூதமாக வரவிருப்பதாக "வத்தி வைக்கின்றான்". அன்னத்திடம் தனிமையாக,

இன்றிரவு பூதங்கள் நூறு வந்தே
இங்குள்ளார் அனைவரையும் கொன்று போடும்!
ஒன்றதிலே நரிப்பூதம்! மற்ற எல்லாம்
உடனிருக்கும் படைமறவர் எனும்பூ தங்கள்![21]

என்று சொல்லிவைக்கின்றான். துறவியார் கேட்ட கேள்விக்கு அமைச்சன் (நீலனின் தந்தை) இடதுகையில் வேப்பிலையை வைத்திருப்பான் என்றும், மன்னன் (நரிக்கண்ணன்) தலையில் மாம்பூ அடையாளமாக இருக்கும் என்றும் தெரிவிக்கின்றான். இந்தப் பூதங்களும் அன்னத்தின் ஆட்களும் மோதும்போது நரிக்கண்ணன் அன்னத்தின் வாளுக்குப் பலியாகின்றான்!

பனையி னின்று
காய்இற்று வீழ்வதுபோல் நரிக்கண் ணன்தன்
கருத்தலைவீழ்ந் ததுவேஅன் னத்தின் வாளால்![22]

பூதப்போர்வை கிழிகின்றது. "தீதொன்றும் இல்லை இனித் துயில்வீர்!" என்று துறவியார் சொல்ல, எல்லோரும் மனக்கவலை நீங்குகின்றனர்.

தெய்வத்தை - இறைவனை மூலமாகக் கொண்டு சில நம்பிக்கைகள் எழுகின்றன; மக்களிடையே அவை வேர்விட்டுப்

---
20. இயல் - 70 : 3 - பக். 133
21. இயல் - 71 : 2 - பக். 134
22. இயல் - 74 : 1 - பக். 140

பதிகின்றன. இவற்றைப் பெரும்பாலோர் ஏற்றுக்கொள்வதால் அவற்றை மேனாட்டுக் கவிஞர் தம் காவியங்களில் இடம்பெறச் செய்கின்றனர். மூடநம்பிக்கைகளும் தெய்வநம்பிக்கையின் பரிணாமங்களே. இவையும் கல்வியறிவில்லாத பாமர மக்களிடையே ஆழமாகப் பதிந்துள்ளன. இதனால்தான் தந்தை பெரியார் கடவுளின் தலையிலேயே கை வைக்கின்றார். விளைவு இறைமறுப்புக் கொள்கை பிறக்கின்றது. அவர்வழி வந்த பாவேந்தர் அவர்காட்டிய வழியையே பின்பற்றுகின்றார். மூடநம்பிக்கையின் விளைவாக எழுந்த "பூதங்களை"த் தம் காவியத்தில் எதிர்மறை உத்தியாக - எதிர்மறை இலக்கணையாக - இடம் பெறச் செய்கின்றார். காவிய மாந்தர்கள் வாயில் வைத்துப் பூதக்கூத்தை "இதன் பொருள்தான் மடமைமேல் வெற்றி"[23] என்று பேசச் செய்கின்றார். பூதக் கருத்தைக் காவியத்தில் நுழைத்து காவியத்தைச் சிறப்படையச் செய்வதுடன் அக்கருத்தையே கருவியாகக் கொண்டு சமூகத்தில் அருகுபோல் வேரூன்றியிருக்கும் மூடநம்பிக்கையைச் சாடுவதையும் நாம் காண்கின்றோம். தம் காலத்தில்தாம் சமூகத்தில் காணும் மூடநம்பிக்கையைக் குறித்து கவிஞர் வருந்துவதையும் காணமுடிகின்றது.

---

23. இயல் - 68 : 2 - பக். 128

இயல் - 8
காவிய நடை

"**நடை** என்பது தமிழில் ஒழுக்கத்தைக் குறிக்கும்[1]; செல்லும் செலவையும் குறிக்கும்.[1] "நட" என்பது இரண்டிற்கும் பகுதியாகும். செலவைக் குறிக்கும்பொழுது அது தொழிற் பெயராகின்றது; பிறபொருளைக் குறிக்கும்பொழுது தொழிலாகு பெயராகும். அச்சொல் **செய்யுள் நடை, உரை நடை** என்னும் பொருள்களில் வழங்கும்பொழுது செய்யுள் உரைகள் செல்லும் செலவு என்பதைக் குறிக்கும். கால்நடையின் செலவு ஒருவரை ஓரிடத்திலிருந்து பிறிதோரிடத்திற்குக் கொண்டு செலுத்துவதுபோல் இந்நடைகளும் செய்யுட் பொருளையும் உரைக்கும் உரைப்பொருளையும் ஒருவர் மனத்திலிருந்து பிறிதொருவர் மனத்திற்குக் கொண்டு போய்ச் சேர்க்கின்றன"[2] அவ்வாறு கொண்டுபோய்ச் சேர்க்கும் கருவிகள் செய்யும் உரைநடைகளில் வழங்கும் சொற்களாகும்.

அன்றாட வாழ்க்கையில் நாம் பேசிப் பயின்று வரும் நடையை உரைநடை எனலாம். அஃது உரைத்துப் போதலின் உரையும், தேங்கி நிற்காமல் நடந்து போதலின் நடையும் ஆயிற்று. இலத்தீன் மொழியிலுள்ள (Oratio Pedastris) என்ற தொடர் தமிழிலுள்ள "பேச்சு நடை" என்ற தொடரோடு ஒப்பிடத்தக்கதாக உள்ளது. உரைநடை இக்காலப் புதினம் போன்ற வசன காவியங்களிலும், சிறுகதைகளிலும், ஆய்வுக் கட்டுரைகளிலும் பெருவழக்காகப் பயின்று வருகின்றது.

சொற்செறிவு, பொருள் தெளிவு, இசை நயம், அணிநலம் முதலிய நல்லியல்புகள் அமைய, கருதிய பொருள்மேல் பல சொற்களைத் தொடுத்து அமைப்பதுவே **செய்யுள் நடையாகும்.** இந்தச் செய்யுள் நடையைத்தான் காவியத்தைப் படைப்போர்

---
1. Style is the man - என்ற ஆங்கிலச் சொற்றொடரோடு இதனை ஒப்பிடுக.
2. செல்வகேசவராய முதலியார், தி. வசனநடை (செந்தமிழ் - 5 ஆம் தொகுதி - பக்.13)

கையாளுகின்றனர். இந்த நடையின் தனிப்பண்பு காவியத்தைச் சிறப்புடையதாக்குகின்றது. மேனாட்டு இலக்கிய வரலாற்றைக் கவனித்தால் பற்பல காலங்களில் காவியத்தில் கையாளப்பெறும் பாநடை மாறிமாறி வந்துகொண்டிருப்பதை அறிய முடிகின்றது. மில்ட்டன் 'துறக்க இழப்பை' (Paradise Lost) எழுதின பிறகு அகவல்நடைதான் (Blank verse) காவியத்திற்கு ஏற்றது என்ற கொள்கை நிலவி வந்தது. தமிழ் இலக்கிய வரலாற்றிலும் பெருங்காவியங்களை இயற்றினவர்கள் பற்பல நடைவகையைக் கையாண்டிருப்பதைக் காணலாம். கி.பி. ஏழாம் நூற்றாண்டிற்கு முன்னர் எழுந்த காவியங்கள் யாவற்றிலும் - சிலப்பதிகாரம், மணிமேகலை போன்றவை - பாக்கள் *(சிறப்பாக அகவற்பா)* பயின்று வந்திருந்தவையும், அதற்குப் பின்னர் எழுந்த காவியங்களில் பாவினங்கள் *(தாழிசை, துறை, விருத்தம்)* பயின்று வந்திருத்தலையும் காணலாம். ஆகவே "இம்மாதிரிதான் காவிய நடை அமைதல் வேண்டும்" என்ற கட்டுப்பாடு என்றும் இருந்ததில்லை, இருக்கவும் முடியாது என்பதை அறிகின்றோம்.

தேர்ந்தெடுக்கப்பெற்ற சொற்கள், கையாளப்பெறும் சொற்றொடர்கள், வாக்கியங்களின் அமைப்பு முறை, வாக்கியங்களின் சந்த நயம், இசையொழுங்கு - இப்பண்புகள் எழுத்தாளரின் தனித்திறமையைத் - தனிப்பட்ட ஆளுமைப் பண்பை - வெளிப்படுத்தி நிற்பதை அறியலாம். இப்பண்புகள் உரைநடைக்கேயன்றிப் பாநடைக்கும் நன்கு பொருந்தும். சிலவகை இலக்கியங்களைப் படைத்துத் தனிப்பெரும் புகழையும் சிறப்பையும் அடைந்த சிலரது வரலாற்றை,

வெண்பாவிற் புகழேந்தி; பரணிக்கோர்
சயங்கொண்டான்; விருத்த மென்னும்
ஒண்பாவில் உயர்கம்பன்; கோவை உலா
அந்தாதிக்கு ஒட்டக் கூத்தன்;
கண்பாய கலம்பகத்திற்கு இரட்டையர்கள்;
வசைபாடக் காள மேகம்;

பண்பாய பகர்சந்தம் படிக்காச
லாலொருவர் பகரொ ணாதே[3]

என்ற பாடலில் சிறப்பித்துள்ளமை காணலாம். யார் யார் எந்தெந்த வகை இலக்கியங்களை இயற்றுவதில் வல்லவர் என்று எடுத்துக்காட்டும் "திறனாய்வுக் கவிதை" இது. பன்முறை இதைப் படித்துத் தமிழ் இலக்கியக் களஞ்சியத்தை முன்னும் பின்னும் பன்முறை நோக்கித் திறனாய்ந்த புலவரின் திறனை எண்ணி எண்ணி மகிழ்கின்றோம்.

தமிழ் இலக்கிய வரலாற்றைக் கூர்ந்து நோக்கினால் கவிஞர்கள் காவியத்தில் மேற்கொண்ட நடை காலத்துக்குக் காலம் மாறிக் கொண்டே வருவதை அறியலாம். இளங்கோவடிகள் "சிலப்பதிகாரத்"திலும், சாத்தனார் "மணிமேகலை"யிலும் அகவல் நடையைக் கையாண்டுள்ளனர். இவர்கள் இந்த நடையைக் கையாண்டதற்கு எந்த மரபைப் பின்பற்றினர் என்று சொல்வதற்கில்லை. தொல்காப்பியத்திலோ அதற்கு முன்னரோ யாரும் இதற்கு ஒரு மரபினை ஏற்படுத்திக் காட்டவில்லை. இளங்கோ, சாத்தனாரை அடுத்து "சிந்தாமணி"யை இயற்றிய திருத்தக்க தேவரும், "இராமகாதை"யை இயற்றிய கம்பநாடனும் எந்த மரபைப் பின்பற்றினர்? முன்னவர் பாவினைக் கையாண்டதற்கும் பின்னவர் பாவினங்களை (தாழிசை, துறை, விருத்தம்) கையாண்டதற்கும் என்ன காரணம் கூறமுடியும்? தற்காலத்திற்கு வந்தால் கவியரசர் பாரதியார் தாம் இயற்றிய "பாஞ்சாலி சபதத்"தில் யாப்பிலக்கணத்திற்குப் புறம்பான "நொண்டிச் சிந்து" போன்ற[4] சாதாரணமான நடையைக் கையாண்டுள்ளார். இதற்குக் காரணம் கூற முடியுமா? அவரவர் விருப்பத்தையொட்டியுமே கவிஞர்கள் தம் முறைகளை வகுத்துக் கொண்டனர் என்று கொள்வதே பொருத்தமுடையதாகும். கவிஞர்கட்குத் தனி உரிமமும் (Poetic license) உண்டு. அதில் எவரும் குறுக்கிட முடியாது.

---

3. தனிப்பாடல்
4. இதனைத் தொல்காப்பியர் கூறும் "விருந்து" என்ற தலைப்பில் அடக்கலாம்; இலக்கணமும் கூறலாம்.

பாவேந்தர் தம்முடைய 'பாண்டியன் பரிசி'ல் எண்சீர் விருத்த யாப்பைக் கையாண்டுள்ளார். முதன்முதலாக பாண்டியன் பரிசு உரைநடையால் ஆக்க எண்ணியதாகவும், பின்னர் அது மிகப்பெரிய நூலாக வளரும் என்று கருதி ஏறக்குறைய நானூறு எண்சீர் விருத்தத்தால் எழுதிமுடித்ததாகவும் அவரே கூறுகின்றார். தொடக்க நிலைப் படிப்பாளரும் செய்யுளின் பொருளைப் புரிந்து கொண்டால் அதுவே தமக்கு மகிழ்ச்சி தருவதாகும் என்றும், எளியநடை ஒன்றாலேயே தமிழின் மேன்மையையும் தமிழின் பயனையும் தமிழர்க்கு விளக்க முடியும் என்ற அதிரடிக் கொள்கையையுடையவர் பாவேந்தர் என்பதை நாம் அறிதல் வேண்டும்.

ஒரே நடையில் படிப்பவர்கட்கு ஒருவித சோர்வு (Boredom) உண்டாகாமலிருக்கும் பண்பை அவரது எளியநடை, நயமான சொற்றொடர்கள், பல விசித்திரமான உவமைகள், இடையிடையே கையாளப்பெறும் உவமைகள் செய்கின்றன என்பதைக் காவியத்தைப் படிப்பவர்கள் நன்கு அறிவார்கள். இவற்றைச் சற்று விரிவாகக் காண முயல்வோம்.

உவமை: உள்ளக் கருத்தைத் தெள்ளத் தெளியப் படிப்பவர், கேட்பவர் மனத்தில் பசுமரத்தாணிபோல் பதிய வைப்பதற்கு உவமை உதவி புரிகின்றது. "உவமையைக் கவிதையிலிருந்து பிரிக்க முடியாத ஒன்றாகக் கருதினார் தொல்காப்பியர். பிற்காலத்தவரோ இதை அணியாக, ஆபரணமாகக் கருதினர். உவமை அணி ஒன்றுதான் நம் வாழ்வோடு ஒன்றிக் கலந்து இணைந்து நிற்கின்றது. பண்டிதர் முதல் பாமரர் வரை உவமையோடு பேசுவதை நாம் அன்றாட வாழ்க்கையில் காணலாம்". உவமை இல்லாத இலக்கியம் உப்பில்லாப் பண்டம் போன்றதாகும் என்பர்.

கவிஞர்களின் நுண்மாண் நுழைபுலத்திற்கும் கவிதைப் படைப்பிற்கும் உரைகல்லாக அமைகின்றது உவமை. புதியபுதிய உவமைகளை அமைப்பதில் பாவேந்தருக்கு நிகர் பாவேந்தரே. உவமைகளினால் சிறந்து விளங்குகின்றது "பாண்டியன் பரிசு".

கதிரைநாட்டுப் படைகட்கும் வேழநாட்டுப் படைகட்கும் கடும் போர் நிகழ்கின்றது. இரண்டு பக்கங்களிலும் வீரர்கள் வீழ்ந்து மடிகின்றனர். இதனை,

பனைமரங்கள் இடிவீழக் கிழிந்து வீழும்
பான்மைபோல் இருதிறத்தும் மறவர் வீழ்ந்தார்![5]

என்று காட்டுவார். இடிவீழ்ந்தால் பனைமரங்கள் சரிந்து வீழ்வதுபோல் என்ற உவமையால் மறவர்கள் மடிந்தனர் என்று விளக்குகின்றார் பாவேந்தர். எதிரியின் படைகள் அரண்மனைக்குள் எங்கும் பரவத் தொடங்கின என்ற கருத்தை,

வேழவனின் படைவீரர் அரண்ம னைக்குள்
விரிநீர்போய் மடைதோறும் பாய்வ தைப்போல்[6]

என்ற உழவுத்தொழில் உவமையால் அழகாக விளக்குவார். அரண்மனைக்குள் படைகள் புகுந்ததும் அன்னத்தை ஆத்தாள்கிழவி நிலவறைவின் வழியாகக் காப்பதை,

கீழைவழி நிலவறையில் அன்னந் தன்னைக்
கிளியேந்தல் போலேந்தி வெளியிற் சென்றாள்[7]

என்ற உவமையால் விளக்குவார். உவமை நயத்துடன் "அன்னத்தைக் கிளியேந்தல்" என்ற தொடரின் நயஅழகு படிப்போரை மகிழ்விக்கின்றது. செவிலியின் பணிச் சிறப்புடன் நடைபெறுவதைக் கண்டு மகிழ்கின்றோம்.

கதிர்நாட்டு அரசன் இறந்ததைக் குறித்துத் தன் தங்கையிடம் நீலிக்கண்ணீர் வடிக்கின்றான் வஞ்சகத்திற்கோர் எல்லை கண்ட நரிக்கண்ணன்.

திருநாட்டை நீஇழந்து, துணைஇ ழந்து,
கைத்தூண்டிற் சிறுமீனாய்க் கலங்கு கின்ற
காட்சியினை நான்காண நேர்ந்த தேயோ![8]

கண்ணுக்கினியாளின் பரிதாப நிலை தூண்டிலிற் சிக்கியுள்ள மீனின் நிலையை ஒத்துள்ளது என்று கூறும் உவமை நயம் மிக்கது.

5. இயல் - 5 : 2 - பக். 8
6. இயல் - 9 : 1 - பக். 14
7. இயல் - 9 : 1 - பக். 14
8. இயல் - 10 : 2 - பக். 16

தூண்டிலிலுள்ள மீனை தூண்டிலான சிறிது நேரத்தில் கொன்று சட்டியில் போடுவதைப்போல் இவளும் சிறிது நேரத்தில் நரியின் வாளுக்குப் பலியாகப் போகின்றாள் என்பதை முற்கூறுவது போலும் அமைகின்றது.

வீரப்பனின் தீச்செயல்களை விரும்பாத ஆத்தாள் அவர்கள் வாழ்ந்த நல்லூரை விட்டு தன் மகனுடன் புல்லூர் சென்று அங்குத் தனிக்குடிசை அமைத்துக் கொண்டு வாழ்வதை,

தேனடையும் ஈயும்போல் மகனும் தானும்
வறுமையிலும் செம்மையினைக் காண்பாராகி[9]

என்று காட்டுவார். தேன்கூடு அமைத்துத் தேனெடுப்பார் அக்கூட்டில் ஈ அடையில் ஒட்டிக் கொண்டிருப்பதை அறிவார்கள். அப்படி வேலன் அன்னையிடம் ஒட்டிக்கொண்டு வாழ்ந்தான் என்கின்றார். கதிரை நாட்டைக் கைப்பற்றிக் கொண்டபிறகு வேழநாட்டுப் படைவீரர்கள் அரண்மனைக்குள் புகுந்து கொள்ளையடிப்பதைக் கவிஞர் வீரப்பன் வாய்மொழியாக,

இடுகாட்டில் நரிக்கூட்டம் உலாவல் போலே
எவ்விடத்தும் அரண்மனையில் வேழ நாட்டின்
படைவீரர் உலாவினார்! எலிகள் ஓடிப்
பண்டங்கள் உருட்டுதல்போல் பொருளை யெல்லாம்
தடதடென உருட்டினார்[10]

இவ்வாறு விளக்குவார். படைமறவர் தந்திரமாக உலாவுவது நரிக்கூட்டம் உலாவுவதனுடனும், அவர்கள் பொருள்களைக் கொள்ளையடிப்பது எலிக் கூட்டத்தின் செயல்களுடனும் ஒப்பிட்டுக் காட்டுவது பொருத்தமான உவமைகளாகும்.

வயது முதிர்ந்து உடல் தளர்ந்த நிலையிலிருந்த முதுகுவளைந்த திருமேனியையுடைய வீரப்பன் தோழர்களுடன் பாண்டியன் பரிசு பற்றியும் வேறு பல செய்திகளையும் பேசிக்கொண்டிருந்தவன் அதனை யார்க்கும் தோன்றாத இடத்தில் புதைப்பதற்காகப் புல்லூர் போய்வருவதாக சொல்லிச் சென்றதைக் கவிஞர்,

9. இயல் - 16 : 4 - பக். 29
10. இயல் - 16 : 7 - பக். 30

வாங்கியதோர் வில்லைப்போல் வளைத்த மேனி
வானுயர்ந்த குன்றுபோல் நிமிர்ந்து நின்றான்;
ஓங்கியதோள் மீதினிலே பேழை தன்னை
"உம்" என்று தூக்கினான்; உடன்நடந்தான்[11]

என்று கூறுவதில் அமைந்துள்ள உவமை நயம் நம்மைக் கவர்வதாக உள்ளது.

சீனி என்னும் கணக்காயன் வேலன் முதலியோருக்கு நாட்டின் உண்மை நிலை செப்பினவர். அவர் வேலனை நோக்கி "உன் ஆத்தாளைக் காப்பதற்கு உடனே போ! இந்தா வாள், குதிரை தந்தேன்!" என்று ஆணையிட வேலன் புல்லூரே அதிரும்படியாகக் குதிரை மேலேறிப் புறப்படுகின்றான். அப்போது வீரன் ஒருவன் கணக்காயனை நோக்கி நாலைந்து பேர்களை வேலனுக்குத் துணையாக அனுப்புமாறு வேண்டுகின்றான். ஆகுதியில் நெய் வார்க்க வார்க்க மூண்டெழும் நெருப்பைப்போல பகைமேற்சென்று கணக்காயனின் புகழ் வளர்ப்பதாகக் கூறுகின்றான். இதனைக் கவிஞர்

நெய்யாலே மூண்டெழுந்த நெருப்பைப் போல
நெஞ்சாலே கொள்கின்ற விசையி னோடு
வையாலே ஆனதொரு பகைமேற் செல்வோம்;
வாளாலே தங்கள் புகழ் வளர்ப்போம்[12]

என்ற பாடற்பகுதியால் விளக்குவார்.

அன்னத்தின் பெற்றோர் நரிக்கண்ணனால் வஞ்சகமாகக் கொல்லப்படுகின்றனர். இளவரசி அன்னம் ஆத்தாள் கிழவியுடன் புல்லூரிலுள்ள தனிக்குடிசையொன்றில் பதுங்கி வாழ்கின்றாள். அவளது இரங்கத்தக்க நிலையைக் கவிஞர் பெருமான்,

புல்லூரில் சிறுகுடிசை தனில்இ ரண்டு
புண்பட்ட நெஞ்சங்கள் ஒன்றை யொன்று
நல்லுரையில் தேற்றி யிருந்தன, அவற்றில்
நரைபட்ட ஆத்தாளின் நெஞ்சம் ஒன்று;

---

11. இயல் - 17 : 7 - பக். 33
12. இயல் - 19 : 2 - பக். 36

வல்லூறு குறிவைத்த புறாப்போல் வாழும்
மலர்க்கொடியாள் அன்னத்தின் உள்ளம் ஒன்று![13]

என்று குறிப்பிடுகின்றார். அன்னத்தை "வல்லூறு குறிவைத்த புறாவோடு" ஒப்பிட்டுக் காட்டுவது அற்புதமான உவமை.

பெற்றோர் தம் மக்கள்மீது கொண்டிருக்கும் இன்பக் கனவு வெவ்வேறு விதமாக அமையும். மகன்மீது கொண்டிருக்கும் கனவு ஒரு விதமாக இருந்தபோதிலும் மகள்மீது கொண்டிருக்கும் கனவு சற்று வேறுபாடாகவே இருக்கும். தாயின் நினைப்பு தன் அருமை மகள் இன்பத்துறையில் புகப்போவதை அசைபோட்டு மகிழும். இதனை நடைமுறையில் பல தாய்மார்களிடம் காணலாம். ஆனால், இவர்களில் எவரும் தன் மகள் கள்ளக் காதலனுடன் உறவு கொள்வதை விரும்பார்கள்; தன் மகள் ஒத்த குணநலன்களையுடைய காதலனை மணந்து இன்பம் துய்க்க வேண்டும் என்றே விரும்புவார்கள். இக்காட்சி - அன்னத்தைப் பற்றிய கனவு - ஆத்தாள் கிழவியின் அன்பு மனத்தில் படர்கின்றது. அன்னமும் அவளுடைய அன்புக் கணவனும் ஆணிப் பொன் கட்டிலிலே இன்பத்தில் தம்மை மறந்த நிலையில் ஆழ்ந்து கிடக்கும் கற்பனைக் காட்சியைக் காண்கின்றாள். சேற்றிலே எருமை தன்னை மறந்து, சூழ்நிலையை மறந்து இன்பக் களிப்பில் சொக்கிப்போவது போன்ற நிலையைக் காண்கின்றாள்! இதனை ஆத்தாளின் வாக்காகவே கவிஞர்,

அருமைமகள் தனக்கேற்ற அன்பனோடும்
ஆணிப்பொன் கட்டிலெனும் சேற்றினுள்ளே
எருமைஎனக் கிடந்தின்பம் நுகரு கின்ற
எழில்நாளை நான்காணப் பெற்றேனோ[14]

என்று உவமை அமைத்து அற்புதமாக வெளியிடுகின்றார். இலக்கண மரபைக் கருத்தில்கொண்டு இதனைத் தள்ளி விடுவதற்கில்லை. எருமைப்பாலைப் பல்வேறு விதங்களில் அநுபவித்து மகிழ்ந்தாலும் அதன் உருவத்தை நாம் மகிழ்வதில்லை. ஆனால், சேற்றில் படுத்து அசைவற்றுக் கிடப்பதால் பெறும் இன்பம் எவ்விதத்திலும் குறைந்ததன்று.

---

13. இயல் - 20 : 1 - பக். 38
14. இயல் - 20 : 3 - பக். 39

இன்னோர் உவமையும் தாழ்ந்ததுபோல் தோன்றும். உண்மை அதுவன்று. பன்றிக்குட்டிகள் தாய்ப்பால் அருந்துவது ஒற்றுமைக்கு ஓர் எடுத்துக்காட்டு. எல்லாக்குட்டிகளும் ஒன்றுகூடி சண்டை சச்சரவின்றி தாயிடம் பாலருந்தி உல்லாசமாக உலவும். பன்றிக்குட்டிகளுக்குப் பாலருந்திய திருவிளையாடல் மதுரை சோமசுந்தரப் பெருமானின் திருவிளையாடல்களில் ஒன்று என்பதை இப்போது நினைவுகூர முடிகின்றது. மக்களும் பன்றிக்குட்டிகளைப் போல் நிறையன்பால் ஒற்றுமையாக வாழலாம் என்பதைக் கவிஞர் உலக ஒற்றுமையின் சித்திரமாக உவமித்துக் காட்டுவார்.

> சுரந்தபால் இருந்தருந்திப் பரந்து லாவும்
> நெடும்பன்றிக் குட்டிகள்போல் மக்கள் யாரும்
> நிறையன்பால் உடன்பிறந்தார் என்று ணர்த்தக்
> கிடந்துதவம் புரிகின்ற உலகில்[15]

உவமையில் சிறந்தபொருள் இருப்பினும் சொல்லின் பொருள் ஏற்றமுடையதா என்பதைச் சிந்திக்கவேண்டும். நாய், பூனை, பன்றி முதலிய பிராணிகள் பல குட்டிகளை ஈன்றெடுக்கின்றன. நாய்க் குட்டிகளும் பூனைக்குட்டிகளும் தம் தாயிடம் பாலருந்தும்போது தம்முள் ஒன்றையொன்று கலகம் விளைவித்துக்கொண்டு ஒன்றையொன்று முட்டி மோதித் தள்ளிக்கொள்வதையும், பன்றிக்குட்டிகள் அவ்வாறின்றி நிறையன்பால் ஒற்றுமையாகப் பாலுண்ணுவதையும் காணலாம். பன்றிக்குட்டிகளின் ஒற்றுமையை வியந்த கவிஞர் அன்னத்தின் வாய்மொழியாக இவ்வாறு கூறுவார். புறத்தோற்றத்தில் பன்றி இழிந்தது என்று கருதப்பெறினும், அகத்திலிருக்கும் அதன் அக ஒற்றுமைப் பண்பு மானிடர்க்கு எடுத்துக்காட்டாக அமையும் சிறப்பைப் பெற்றுத் திகழ்கின்றது.

வேழநாட்டு வேந்தனும் கதிரைநாட்டுக் காவலனும் எதிரெதிரே நின்று இரண்டு தழற்பந்துகள் சுழல்வதைப் போல வாட்போருக்கு இலக்கியத்தை நல்கும் பாணியில் போர் புரிந்தனர் என்கின்றார்.[16] நரிக்கண்ணனுக்கு முடிசூட்டும் செய்தியை முரசறையும் ஒலிகேட்டு

---

15. இயல் - 22 : 2 - பக். 42
16. இயல் - 5 : 4 - பக். 9

ஆத்தாள் கிழவி அவனைத் தூற்றுகின்ற சமயம் அன்னமும் ஆத்தாளும் தங்கியிருந்த குடிசையை நரிக்கண்ணனின் ஆட்கள் சூழ்கின்றனர். அப்பொழுது மறத்தன்மை மிக்க வேலன் இளம் ஏறுபோல் அவர்களை எதிர்த்துப் போர் புரிவதை,

> பலகுதிரை மறவரின்மேல் வேலன் எட்டிப்
> பாய்ந்தனன்பல் ஆட்கட்குள் வேங்கை போலே!
> கலங்கினர்வே ழவர்பத்துப் பேர்மாண் டார்கள்![17]

என்ற உவமையால் விளக்குவார்; நரிக்கண்ணனால் விடுக்கப்பெற்ற பூதத்தைக் கண்டு வெருவியோடும் மனிதர்கள் வேகமாக ஓடுவதையும், நாற்புறமும் பயமுறுத்தும் பூதம் தொடர்வதாகப் பிரமை கொண்டு அவர்கள் திரிவதையும், எங்கு போவது என்று தெரியாமல் "அங்கே பூதம், இங்கே பூதம்" என்று சொல்லிக்கொண்டு கவலை எருதுகள் போல் நகர்சுற்றிப் புறப்பட்ட இடத்திற்கே மீண்டும் வருவதையும்,

> கவண்ஓடும் கல்லைப்போல் விரைந்தா ரேனும்
> எவ்விடத்தில் போவதென்றும் கருத வில்லை
> கவலைஎரு துகள்போல் மக்கள் யாரும்
> கால்கடுக்க நகர்சுற்றிச் சுற்றி வந்தார்[18]

என்று நகைச்சுவை தோன்ற விளக்குவார்.

வீரப்பனும் ஆத்தாள் கிழவியும் ஒருவரையொருவர் தெரியாமல் வெட்டிக்கொண்டு கீழே கிடந்து "சுரப்பற்ற பசுங்காம்பைப்போல் எந்நினைவும் இல்லாமல்" புரள்கின்றனர். இந்தக் காட்சியைக் கவிஞர்,

> தனக்குந்தன் கணவனுக்கும் இடையில் வாய்த்த
> தடை, பிரிவு கசப்பனைத்தும் பல்லாண் டாகப்
> புனத்திலுறும் புதல்போலே வளர்த்த தாலே
> புறத்தொடர்பே இல்லாத முதிய ஆத்தா
> அனற்கொள்ளி பட்டபிள்ளை கதறும் போதில்
> அம்மான்என் பதுபோலே துணைவன் தன்னை,
> நினைத்தவளாய்த் தாழ்குரலில் "அத்தான்" என்றாள்
> நிறைவியப்பால் வீரப்பன் "ஆத்தா" என்றான்![19]

---

17. இயல் - 24 : 2 - பக். 46
18. இயல் - 49 : 5 - பக். 86
19. இயல் - 37 : 3 - பக். 62

என்று இரண்டு உவமைகளால் விளக்குவார். கணவன் மனைவி இருவரிடையே தோன்றி வளர்ந்த கசப்பனைத்தும் "புனத்திலுறும் புல்போல்" வளர்ந்தது என்கின்றார். "அனற் கொள்ளிபட்ட பிள்ளை கதறும்போதில் அம்மா என்பதுபோல்" என்ற உவமை சந்தர்ப்பத்திற்கேற்றவாறு நிகழ்ச்சியைப் பளிங்குபோல் காட்டிப் படிப்போர் கண்களைக் குளமாக்கி விடுகின்றது.

நீலியும் அன்னமும் ஓடத்திலேறி உலவும்போது ஓடம் சென்ற காட்சியை,

சீர்தேங்கும் வெள்ளன்னம் அசைந்திடாது
செல்லல்போல் தெண்ணீரில் சென்றது ஓடம்[20]

என்று வருணிப்பார். இருபெண்களையும் ஓடம் தாங்கிச்சென்றது. இரண்டு மலர் மாலைகளைத் தட்டொன்று தன்பால் தாங்கிச் சென்றதற்கு ஒப்பாக உள்ளது என்பார்.

மேகம் எழுந்து மழைபொழியும் காட்சியை நம் பண்டைக் கவிஞர்கள் அற்புதமாக வருணித்துள்ளனர்.

ஆழியுள் புக்கு முகந்துகொடு ஆர்த்தேறி
ஊழிமுதல்வன் உருவம்போல் மெய்க றுத்து
பாழியந் தோள்உடைப் பற்பநா பன்கையில்
ஆழிபோல் மின்னி வலம்புரிபோல் நின்றதிர்ந்து
தாழாதே சார்ங்கம் உதைத்த சரமழை[21]

என்று வருணிப்பர் அன்னை ஆண்டாள்.

முன்னிக் கடலைச் சுருக்கி எழுந்துடையாள்
என்னத் திகழ்ந்தெம்மை யாளுடையாள், இட்டிடையின்
மின்னிப் பொலிந்துஎம் பிராட்டி திருவடிமேல்
பொன்னஞ் சிலம்பிற் சிலம்பித் திருப்புருவம்
என்னச் சிலைகுலவி நந்தம்மை யாளுடையாள்
தன்னிற் பிரிவிலா எங்கோமான் அன்பர்க்கு
முன்னி யவள்நமக்கு முன்சுரக்கும் இன்னருளே
என்னப் பொழியாய் மழை[22]

20. இயல் - 52 : 2 - பக். 90
21. திருப்பாவை - 4
22. திருவெம்பாவை - 16

என்று மணிவாசகப் பெருமான் வருணித்து மகிழ்வார். இந்த இருபெரும் அருட்செல்வர்கள் அமைந்த தொடர் உவமைபோலவே அன்னமும் நீலியும் படகில் செல்லும்போது வானத்தில் மழைபொழிந்த காட்சியை நம் கவிஞர், கல்வியறிவு அற்றவனின் உள்ளம்போல் இருண்டு, வழக்காடிப் பொருளையெல்லாம் விட்டவனது செல்வம்போல் மின்னி மாய்ந்து, பொருள் இழந்தவன்போல அதிர்ந்து மழையாகிய கண்ணீரை உகுத்தது என்று தொடர் உவமைகளால் சுவையுடன் விளக்குவர்.

கேள்வியிலார் நெஞ்சம்போல் இருண்டு, நீளும்
வழக்குடையார் செல்வம்போல் மின்னி மாய்ந்து
வண்பொருளை இதந்தான்போல் அதிர்ந்து பின்னர்
மழைக்கண்ணீர் உகுத்ததுவான்[23]

தோழியும் நீலியும் படகில் சென்ற செய்யாற்றில் பெருவெள்ளம் எதிர்பாராமல் வருகின்றது; காற்று மோதியடிப்பதால் படகு கவிழும்போது அதனுள் இருப்பவர் நாலாபக்கமும் தூக்கி எறியப் பெறுவர் என்பதைக் கவிஞர்,

பழக்குலைமேல் எறிந்தகுறுந் தடியே போல
பாய்ந்ததொரு பெருங்காற்றுப் படகு நோக்கி[24]

என்ற ஒரு சிறந்த நயமிகு உவமையால் விளக்குவர். இன்னொரு நயமிகு உவமையையும் காட்டுவேன். பேழையைத் தேடிக்கொண்டு சென்ற அன்னம் சோர்வுற்று ஒரு சோலையை அடைகின்றாள். விழியைத் துயில்வந்து கௌவ, துயில்கொள்ளுகின்றாள். இக்காட்சியைக் கவிஞர்,

கைம்மலரில் தலைசாய்த்துப் புன்சி ரிப்பைக்
கனிஇதழில் புதைத்துடலை ஒருக் கணித்துக்
கைவல்லான் வைத்தயாழ் போற்கி டந்தாள்[25]

என்ற ஓர் அற்புத உவமை மூலம் நம்முன் வைக்கின்றார். மலர் போன்ற கையின்மீது, தன் புன்முறுவலை இதழில் புதைத்து, உடலை ஒருக்கணித்த நிலையில் கைவல்லான் வைத்தயாழ்போல் தரையில்

23. இயல் - 53 : 1 - பக். 92
24. இயல் - 53 : 1 - பக். 92
25. இயல் - 63 : 1 - பக். 119

கிடத்துகின்றாள். நங்கையின் உடல் யாழுக்கு உவமையாகக் கூறுவது அற்புதம். யாழ்நரம்பைத் தடவும்போது இன்னோசை பிறப்பதுபோல் நாரியாரின் உடலைத்தடவும்போது காதல் கலந்த நொப்புல உணர்வு கொடுமுடியை எட்டுகின்றது என்ற கருத்து தொனிக்கின்றது.

தொடர் உவமைகளை அமைப்பதில் பாவேந்தருக்கு நிகர் பாவேந்தரே. மேலே ஓர் உவமையைக் காட்டினேன். அன்னமும் நீலியும் நிகழ்த்திக்கொண்டிருந்த அன்புப் பேச்சில் தொடர் உவமை ஒன்று வருகின்றது. இந்த உடம்பு பொதுவாழ்க்கைக்கு உதவவேண்டும் என்ற தன் கருத்தை உணர்த்தும் வேலன் பேச்சில் இது தோன்றுகின்றது.

ஒருசற்றும் பயனில்லா உடம்பை, வாழ்வோ
உண்டில்லை எண்ணுமொரு மின்னைத் தின்ன
நரிசற்றும் விலகாத கூட்டைச், சான்றோர்
நகைப்புக்கே இலக்கான குமிழி தன்னை [26]

என்ற பாடற்பகுதியில் தொடர் உவமையைக் கண்டு மகிழலாம்.

இத்தகைய தொடர் உவமைகளை வேறோர் இடத்திலும் காணலாம். பிணத்தை விட்டெறிந்து பெண்ணுலகை வெறுத்துக் கூறும் வேலன் பேச்சாக வரும் கவிதைகளில் இவற்றைக் காணலாம். "பேன் நாறி வீழ்குழலைத் தேனாறு என்றும்"[27] என்று தொடங்கும் கவிதை முதல் வரும் ஐந்து பாடல்களில் வரும் உவமைகள் முற்றத் துறந்த முனிவர்களின் "உடற்கூற்று வண்ணத்தில்" வரும் உவமைகளின் சுவையை விஞ்சி நிற்பதைக் கண்டு மகிழலாம். சுடுகாட்டிற்குச் சென்ற வேலன் பெண்ணை வருணிக்கும்,

சிவப்பாம்பல் மலர்வாயிற் சிந்தும் முல்லைச்
சிரிப்புக்கும், கருப்பஞ்சாற் றுச்சொல் லுக்கும்
குவிக்கின்ற காதலொளி விழிக்கும்; கார்போல்
கூந்தலுக்கும், சாந்த முகத் திங்க ளுக்கும்
உவப்புற்றேன்[28]

என்ற பாடற்பகுதியில் காணப்பெறும் உவமைக் கொத்தும் நம்மை மகிழ்விக்கின்றது.

26. இயல் - 55 : 2 - பக். 95
27. இயல் - 87 : 2 - பக். 165
28. இயல் - 85 : 3 - பக். 162

பாண்டியன் பரிசை யாரோ சிலர் பதுக்கி விடுகின்றனர். இதனை நடைமுறையில் நாம் காணும் நிகழ்ச்சியை உவமையாகக் கொண்டு விளக்குவர். சிறிது தீனியிட்டு ஆசைகாட்டிக் கோழியை ஏமாற்றிப் பிடித்து விடுவதைப்போல் அதனை அமுக்கி மறைத்து விட்ட பிறகு, பதுக்கியவர்கள் சொன்னாலன்றி எப்படித் தெரியும்?

தீனியிட்டுக் கோழியினை மடக்கு வார்போல்
மூடிவிட்டார் பேழையினை; அவர்கள் கொஞ்சம்
மூச்சுவிட்டால் தானேநாம் அறிதல் கூடும்.[29]

என்று நீலி நீலனுக்குக் கூறும் பேச்சாக வெளியிடுவர். சுவைமிக்க உவமை இது.

பூதக் கருத்துக்கும் தாய்போன்ற நரிக்கண்ணனே வீரப்பனின் தோழர்களால் விடப்பட்ட பூதத்தைக் கண்டு அஞ்சியோடி ஆனையூர்ப் பள்ளியை அடைந்து தன் ஆட்களுடன் உரையாடிக் கொண்டிருந்தபோது அங்கு நீலன் வருகின்றான். பூதத்தைக் கண்டு அஞ்சாதிருக்குமாறு பகர்ந்து தானும் ஒரு பூதக்கருத்தை அவர்கள் முன் வைக்கின்றான். எல்லோரும் பூதங்கள்போல் எழில்மாற்றி மொழிமாற்றிக் கிளம்பினால் அரண்மனையிலுள்ள மக்களும் ஊர்ப் பெருமக்களும் அஞ்சிப் போவர் என்கின்றான்.

சிங்கம்வரக் கண்டஒரு மானைப் போல
சேயிழைதன் கூட்டமொடு பறந்து போவாள்[30]

அன்னம், சிங்கத்தைக் கண்ட மானைப்போல, தன் கூட்டத்தோடு ஓடிப்போவாள் என்று சாதாரண வழக்கில் அடிபடும் உவமையால் விளக்குகின்றான் நீலன்.

நீலன் கருத்துப்படி நரிக்கண்ணன் ஆட்கள் பூதங்களாக வேடமிட்டு அரண்மனையில் புகுகின்றனர். இந்த நிகழ்ச்சியின்போது அன்னத்தின் வாளுக்கு இரையாகின்றான் வஞ்சக நரிக்கண்ணன். இதனைக் கவிஞர்,

---

29. இயல் - 57 : 10 - பக். 105
30. இயல் - 70 : 3 - பக். 133

பனையி னின்று
காய்இற்று வீழ்வதுபோல் நரிக்கண் ணன்தன்
கருந்தலைவீழ்ந் ததுவேஅன் னத்தின் வாளால்![31]

என்று விளக்குவார்.

நரிக்கண்ணனின் அமைச்சன் மகன் நீலனும் நீலியும் பேசிக் கொண்டுள்ளனர். நீலியின்மூலம் பாண்டியன் பரிசுபற்றி அன்னத்திற்குத் தெரிந்த செய்திகளைக் கறக்க முயல்கின்றான். குழைந்து பேசிக் காதல் உணர்வைத் தூண்டுகின்றான். நரிக்கண்ணனாகிய கொடியவனைத் தொலைப்பதுதான் தன் தந்தையின் நோக்கம் என்ற அளவிற்கு இறங்கிப் பேசுபவன்.

விலங்குபழ கிடுவானின் வெள்ளா டொன்று
வேங்கையிடம் நெருங்கையிலே மகிழ்வ துண்டோ?
தெலுங்கினிலே பாடிடுமோர் தமிழன் செய்கை
தேனென்றா நினைக்கின்றார் தமிழ கத்தார்?[32]

என்கின்றான். விலங்கு பழக்கிடுவானுக்குரிய வெள்ளாடு வேங்கையிடம் நெருங்கும்போது ஆட்டுக்குரியவன் மகிழ்வதில்லை. அப்படித்தான் தன் தந்தையின் நிலையும் என்கின்றான். தன் தந்தை நரிக்கண்ணனிடம் பழகும்போது மகிழ்வதில்லை; விழிப்புடன்தான் இருக்கின்றான் என்பது குறிப்பு. இக்கருத்தை,

தெலுங்கினிலே பாடிடுமோர் தமிழன் செய்கை
தேனென்றா நினைக்கின்றார் தமிழ கத்தார்?

என்ற வேறொரு கருத்தை தம் கொள்கைக் கருத்துடன் ஒப்பநோக்கி வைத்து வேற்றுப்பொருள் வைப்பணிமூலம் சுவையூட்டுகின்றார்.

இங்ஙனம் உவமை நயங்கள் காவியநடையைச் சிறப்பிக்கின்றன.

சொல்லாட்சித்திறன்: கவிதைச் சுவையைக் கம்பநாடன் "செஞ்சொற்கவி இன்பம்[33] என்றான். கவிஞனின் சொல்லாட்சித் திறனும் காவிய நடைக்குச் சுவையூட்டுகின்றது. சிலவற்றைக் காணலாம்.

---

31. இயல் - 74 : 1 - பக். 140
32. இயல் - 57 : 20 - பக். 108
33. கம்பரா. பாலகாண்டம் - மிதிலைக் காட்சி - 23

கிளியுதடு கனல்சிந்தும்; துடிக்கும் அஞ்சும்!
வாட்போரை விரும்பும்அவள் தமிழ நெஞ்சம்!
வகையறியா அவள்இளமை மறுத்து நிற்கும்![34]

சாவு

கொற்றவர்கள் இருவர்பால் மாறி மாறி
நொடிக்குநொடி நெருங்கிற்று! வெற்றி மங்கை
நூறுமுறை ஏமாந்தாள் ஆளைத் தேடி![35]

வாட்போருக் கிலக்கியத்தை நல்கும் போதில்[36]

உயிர்விளைக்க நெல்விளைக்கும் உழவ ரெல்லாம்
களிவிளைக்கும் தமிழாலே பண்டி தர்க்குக்
கலைவிளைக்கும் எளியநடை பாட்டுப் பாடி[37]

கசங்கியஓர் கொடிபோலக் கிடந்த அன்னத்
துடியி டைக்கும் தோள்கொ டுத்துச்
சுரைபடர்ந்த சிறுகுடிசை தன்னிற் சேர்த்தான்.[38]

எல்லார்க்கும் எல்லாம்என் றிருப்ப தான
இடம்நோக்கி நடக்கின்ற திந்த வையம்[39]

தொன்மைஎனும் உச்சியிலே அறிவால் வாழ்ந்த
பொன்னகத்தில் தமிழகத்தில் தாய கத்தில்[40]

எடுக்கஎடுக் கக்குறையாச் சுவையின் ஊற்றை
இனிக்கஇனிக் கக்காணும் ஆண்மை![41]

"இனிநானும் இவ்வுடலும் புளியும் ஒடும்
என்றிருக்கும் ஓர்துறவி"[42]

34. இயல் - 4 : 1 - பக். 7
35. இயல் - 5 : 1 - பக். 8
36. இயல் - 5 : 4 - பக். 9
37. இயல் - 49 : 1 - பக். 85
38. இயல் - 54 : 1 - பக். 93
39. இயல் - 56 : 4 - பக். 99
40. இயல் - 57 : 16 - பக். 107
41. இயல் - 62 : 5 - பக். 117
42. இயல் - 63 : 1 - பக். 119

கோளுக்குங் கோள்பொய்க்குப் பொய்யே வேண்டும்[43]

கரும்பெடுத்துப் பிழிந்ததுவும் உன்சொல் தானோ?
கனியெடுத்து வைத்ததுமென் இதழோ? முல்லை
அரும்பெடுத்துக் கொட்டியதும் உன்சி ரிப்போ?[44]

.... சுவையெல்லாம் பிடித்தெ டுத்த
தூயதமிழ் நடைபிடிக்கும்.[45]

கன்னலிலே சாறெடுத்து தமிழ்கு ழைத்துக்
கனிஇதழாற் பரிமாறும் இனிய சொல்லாள்[46]

வாயோரம் "உயிர்வாங்கும் சிரிப்பு" மின்னி
வழிகின்ற வேலவனின் திருமு கத்தில்
மாயாத என்நெஞ்சம் சென்று சென்று
மாய்வதனை இவ்வையம் அறிவ துண்டோ?[47]

தொகுத்துவைத்த முத்தங்கள், கொடுக்கல், வாங்கல்
தொழில்விரைந்து நடக்குமடி[48]

துன்பத்து மலையடியிற் புதைந்தாள் ஆத்தா![49]

தனித்தினிக்கும் இசைத்தமிழில் தேனும் கூட்டி
வடித்தெடுத்த மொழியாளே![50]

கடைவிழியில் நிலவுசெயும் உனது சாயல்
களிமயிலும் காட்டாதே![51]

இவற்றில் இயல் எண்ணும் பாட்டெண்ணும் தரப்பெற்றுள்ளன. சந்தர்ப்பத்தையொட்டி இவற்றைப் படித்துச் சுவைத்துக் காவிய நடையின் சிறப்பைக் கண்டு மகிழலாம்.

43. இயல் - 66 : 2 - பக். 124
44. இயல் - 66 : 5 - பக். 125
45. இயல் - 68 : 4 - பக். 129
46. இயல் - 76 : 1 - பக். 143
47. இயல் - 78 : 4 - பக். 149
48. இயல் - 79 : 2 - பக். 151
49. இயல் - 83 : 2 - பக். 159
50. இயல் - 85 : 4 - பக். 162
51. இயல் - 85 : 8 - பக். 163

பழமொழிகள்: ஒரு நாட்டின் பழமொழிகள் அந்நாட்டு மக்கள்பால் அடிபட்டு மலரும் மனஇயல்புகளை எடுத்துக் காட்டுவனவாகும். இவற்றை உரைநடை ஆசிரியர்கள் எவரும் கையாளுவர். பெருங்கவிஞர்களே தம் செய்யுள் நூல்களில் இவற்றைப் பயின்றுவரச் செய்வர். இத்தகைய பழமொழிகள் பாவேந்தரின் பாண்டியன் பரிசில், பயின்று வந்து காப்பிய நடையைச் சிறப்புறச் செய்து வருகின்றன. இப்பெற்றியை எடுத்துக் காட்ட முயல்வோம்.

அன்னம் முதலியவர்களை நரிக்கண்ணனின் சூழ்ச்சி வலையில் சிக்காமல் காக்கும் வழியை ஆராய்கின்றான் வேழமன்னன். தன் அமைச்சனின் கருத்தை வினவும்போது அவன் கூறுவான். "கொடியோனைக் கதிர்நாட்டை ஆளவிட்டீர்! சீறுகின்ற பாம்புக்குத் தவளையூரில் திருமுடியோ சூட்டுவது?"[52] "இதன் விளைவைப் பின்னர்க் காணப்போகின்றோம்" என்கின்றான். நரிக்கண்ணனுக்கு முடிசூட்டியதை மக்களும் விரும்பவில்லை; மதியமைச்சர்களுக்கும் அச்செயல் உடன்பாடில்லை.

நரிக்கண்ணனின் அடாத செயல்களை அறிந்த வேழமன்னன் சீறுகின்றான். "இகழ்ச்சி முடி பூண்டவனே, என் செய்தாய் நீ! இந்நாட்டு மன்னனைப் பின்னிருந்து கொன்றாய். தங்கை என்று பாராது அரசமாதேவியைத் தீர்த்துக் கட்டினாய். பாண்டியன் பரிசினையும் களவாடினாய்" என்னும்போது, அவன் "அன்னத்தைக் கொலை புரிதல் இல்லை; ஆத்தாளையும் கொலை புரிதல் இல்லை; பொன்னொத்த பாண்டியனார் பரிசையும் கண்டதில்லை. நான் பொய்யன் அல்லன்" என்று பீடிகையுடன் "கன்னத்தைத் தன் நகமே கீறிடாது. கதிர்நாட்டை ஆண்டவன் என் மைத்துனன்தான். முறைமாப்பிள்ளையாகிய என் மகன் பொன்னப்பனை அன்னம் மணந்து கொண்டு இந்நாட்டை ஆளட்டும்"[53] என்று நயந்து திசை திருப்புகின்றான், வஞ்சகத்திற்கோர் கொள்களமான பாதகன். அரசனின் சீற்றத்தையும் குறைத்துவிடுகின்றான்.

---

52. இயல் - 30 : 2 - பக். 53
53. இயல் - 40 : 1 - பக். 67

வீரப்பன் கொய்யாக்குடியில் ஒரு குடிசையில் இருக்கும்போது தோழன் ஒருவன் வருகின்றான். இருவரும் நிகழ்கால அரசாட்சியைப்பற்றி உரையாடுகின்றனர். வீரப்பன் சமுதாய நல - அரசியல் தத்துவத்தையே கூறுகின்றான். அப்போது தோழன் சொல்வான் : பாண்டியன் பரிசைத் தென்மலை தேடும் ஏற்பாடு செயல்படுகின்றது. பிறர் அவ்விடத்தை அணுகாதிருக்கும் பொருட்டு "பொய்ப்பூதம்" ஒன்றைக் கிளப்பிவிட்டு, "தெருவாரை அழும்பிள்ளையாக்கி விட்டு"[54] அவர்களே பேழையினைத் தேடுகின்றனர். "அம்மலையை இன்றளந்தால் ஆள்மட்டந்தான் ?" என்று கூறியவன் பூதத்தால் மக்கள் அல்லல்படுவதையும் எடுத்துரைக்கின்றான்.

நரிக்கண்ணனின் அமைச்சன் மகனான நீலன் என்பான் இமைக்கின்ற நேரத்தையும் வீணாக்காமல் பாண்டியன் பேழை, அன்னம், ஆட்சி தனக்கு வரும் என்று நப்பாசை கொண்டு இரகசியச் செய்திகளைக் கறப்பதற்காகப் பல முயற்சிகள் செய்து வருகையில் தன் காதலி நீலி மாலைப்பொழுதில் ஆற்றோரமாக நின்று கொண்டிருப்பதைக் காண்கின்றான். அவளை நெருங்கி "என்ன வியப்பிது நீலி ? தேடிப்போன கன்னலொன்று காலடியில் கிடைத்ததைப்போல் கண்ணெதிரில் கிடைத்தாயே !"[55] என்ற பீடிகையுடன் பேச்சைத் தொடங்குகின்றான். "தேடிப்போன மருந்து காலிலகப்பட்டது போல" என்று உலக வழக்கில் அடிபடும் பழமொழி கவிஞர் வாக்கில் புத்துருவம் பெற்று காவியத்தில் ஏற்ற இடம் பெறுகின்றது.

இந்தச் சந்திப்பில் நீலன் குழைந்து பேசுகின்றான். "அன்பே, கதிர் நாட்டானின் சொத்தையும், கவர்ந்துகொண்டான் நரிக்கண்ணன். அன்னத்தின் வாழ்வுக்கே தடைகள் சூழ்கின்றான். இத்தடைகளை நீக்குவதற்கு அவள் முயல்கின்றாளா ? பாண்டியன் பரிசின் நிலைமை என்ன ? இவற்றை என்னிடத்தில் கூறக் கூடாதா ? நான் உன் உயிர்க் காதலன் அல்லவா ?" என்று கொஞ்சும் பாணியில்

---

54. இயல் - 56 : 5 - பக். 99
55. இயல் - 57 : 2 - பக். 102

காவிய நடை ▼ 125

கெஞ்சுகின்றான். அதற்கு நீலி உரைக்கும் மறுமொழி:

> கூடுவிட்டுத் தாயைவிட்டுப் பறந்து விட்ட
> குயிற்குஞ்சு போலன்னம் ஒருத்தி, மன்னர்
> வீடுவிட்டு வேலைவிட்ட ஆத்தா, வேலன்,
> விரல்விட்டே எண்ணிடுமித் தொகையுள் ளார்போய்த்
>
> தேடிவிட்டால் கிடைத்திடு மோஅப் பேழை!
> தீனியிட்டுக் கோழியினை மடக்கு வார்போல்
> மூடிவிட்டார் பேழையினை! அவர்கள் கொஞ்சம்
> மூச்சுவிட்டால் தானேநாம் அறிதல் கூடும்?[56]

இதில் உவமையும் பழமொழியும் இணைந்து காவிய நடைக்கு ஒருவித பொலிவினைத் தருவதைக் கண்டு மகிழலாம்.

அன்னம் இறந்துவிட்டாள் என்ற பொய்வதந்தியை நம்புகின்றான் வேலன். ஏதோ ஒரு பிணத்தைத் தோண்டி எடுத்து அதன் "முழுதழுகி ஊன் கழன்ற முகத்தைக் கண்டு" அதனை விட்டெறிந்துவிட்டு நிலையாமை உணர்வால் தூண்டப்பெற்று பெண்ணுலகையே வெறுத்துரைக்கின்றான். எதற்கும் தொண்டு செய்யாத மக்கள்

> பெண்க ளென்னும்
> நோய்க்கன்றோ நாளெல்லாம் தொண்டு செய்தார்
> நுனிஏறி அடிமரத்தை வெட்டு வார்போல்![57]

தொண்டு செய்கின்றார்களே என்று கழிவிரக்கம் கொண்டு வருந்துகின்றான். இதிலுள்ள பழமொழி மனிதனின் "தலைகீழ்ப் பாடத்தை" அப்பட்டமாகக் காட்டுகின்றது; காவிய நடையையும் கம்பீரமாக்குகின்றது.

இங்ஙனம் பாவேந்தரின் காப்பிய நடை, உவமை, சொல்லாட்சி, பழமொழிகள் இவற்றால் சிறப்புற்றுத் திகழ்கின்றது; புதுமெருகையும் பெற்றுவிடுகின்றது.

---

56. இயல் - 57 : 10 - பக். 105
57. இயல் - 87 : 8 - பக். 169

இயல் - 9
காவியத்தில் படிமங்கள்

இலக்கியத்தைப் படைக்கும் கவிஞன் வாழ்க்கையின் உண்மைகளையும் பிறவற்றையும் தன்னுடைய படைப்பில் அமைத்து மகிழ்கின்றான். அவை கலைகளாக மிளிர்கின்றன. அந்த இலக்கியத்தைப் படிக்கும் நாமும் அவற்றில் ஆழங்கால்பட்டு நம்மையும் மறக்கின்றோம். இதுவே முருகியல் நிலை; மம்மர் அறுக்கு மருந்தாக அமையும் நிலையும் இதுவேயாகும். இதுவே உலகிற்கு மூலமாய் நிற்கும் இன்பப் பெருக்கில் ஒன்றுபட்டு வாழும் நிலையாகும். இதுவே நம்மை உயர்த்தும் நிலை; நமது உள்ளம் தேடித் திரியும் நிலையும் இதுவேயாகும்.

ஒரு கவிஞன் தன் அநுபவத்தைத் தேர்ந்தெடுத்த சொற்களால் உணர்வூட்டி நமக்குத் தருகின்றான். இந்தச் சொற்களே படிமங்கள் (Images); சிந்தனை இவற்றின் குறியீடுகளாகப் பணி புரிகின்றன என்பதை நாம் திறனாய்வு இலக்கியங்கள்மூலம் அறிவோம். 'பர்ட்டன்' என்ற திறனாய்வாளரின் கருத்துப்படி கவிதையின் படிமங்கள் சொற்களின்மூலம் நம் புலன்களைத் தொடுகின்றன. புலன்களின்மூலம் படிப்போரின் உணர்ச்சிகளும் அறிவும் விரைவாகத் தூண்டப்பெறுகின்றன. இதன் காரணமாகக் கவிதையின் படிமம் அதிகமாகப் பயன்படுகின்றது.[1] அவ்வறிஞர் மேலும் கூறுவது: "செலுத்தப்பெறும் புலன்களுக்கேற்ப படிமம் வகைப்படுத்தப் பெறுகின்றது. ஆகவே நாம் பெறுபவை: **கட்புலப் படிமங்கள்** (Visual images) (இவற்றில் வண்ணப் படிமங்களும் வடிவப் படிமங்களும் அடங்கும்), **செவிப்புலப் படிமங்கள்** (Auditory images), *சுவைப்புலப் படிமங்கள்* (Gustatory images), **நாற்றப்புலப் படிமங்கள்** (Olfactory images), **ஊறு அல்லது தொடுபுலப் (நொப்புலப்) படிமங்கள்** (Tactual images) என்பவையாகும். இவற்றைத் தவிர, **இயக்கநிலைப்**

---

1. Burton, N. The Criticism of Poetry (Longmans & Green Company Ltd. London) P.97

படிமங்கள் (Kinaesthetic images), *மரபுநிலைப் படிமங்கள்* (Conventional images) *என்பவையும் உள்ளன."[2] இவை தனியாகவும் ஒன்று இரண்டு பலவுமாக இணைந்து படிமக்கொத்துகளாகவும்* (Cluster images) *கவிதையில் அமைகின்றன. மேலும் குறியீடுகளாக அமையும் சொற்கள்* "கட்டுண்ட படிமங்களையும் (Tied images), விடுதலைப் (சுதந்திரப்) படிமங்களையும் (Free images) உண்டாக்கிப் படிப்போரிடையே ஒத்துணர்வுத் துலங்கலையும் (Sympathetic response), ஒட்ட உணரும் துலங்கலையும் (Empathetic response) எழுப்புகின்றன. இவற்றால் படிப்போரிடையே பாட்டநுபவம் - முருகுணர்வு - கொடுமுடியை எட்டுகின்றது. இந்தக் கருத்துகளை அடிப்படையாகக்கொண்டு "பாண்டியன் பரிசை" ஆராய்வோம். பாவேந்தரின் நோக்கு அவர்தம் காவியத்தில் எவ்வாறு அமைந்துள்ளது என்பதையும் காண்போம்.*

கட்புலப் படிமங்கள்: *பல்வேறு படிமங்களிடையேயும் கட்புலத்தைக் கவரும் படிமங்களே அதிகமாக உள்ளன. இவையே படிப்போரின் மனத்தில் நிலையான பதிவினை விளைவிக்கின்றன. கட்புல நரம்பு ஏனைய புல நரம்புகளைவிடத் தடித்திருப்பதே இதற்குக் காரணம் எனக் கருதலாம். இதன் காரணமாகவே இக்காலக் கல்வியில் கட்புல-செவிப்புலத் துணைக் கருவிகள் அதிகமாகப் பயன்படுத்தப் பெறுகின்றன. பள்ளிகளில் சுற்றுலா அமைத்து மாணாக்கர்களைப் பல்வேறு இடங்கட்கு இட்டுச் சென்று பல்வேறு காட்சிகளை நேரில் காணச் செய்கின்றனர். பாவேந்தர், பாண்டியன் பரிசில், கட்புலன் அடிப்படையில் அமைந்த சில படிமங்களைக் காண்போம். பூதமாக வரும் "எட்டி"யைப் பற்றிக் கவிஞர் கூறுவது.*

> எரிவிழியும் கருமுகமும் நீண்ட பல்லும்
> குட்டைமயிர் விரிதலையும் கொடுவாள் கையும்
> கூக்குரலும் நீர்ப்பாம்பு நெளியும் மார்பும்
> கட்டியதோர் காருடையும் ஆக மாற்றிக்
> காணுவார் நிலைப்படியே பூதம் ஆக்கி
> விட்டார்கள் மலையின்மேல்"[3]

---

2. ibid - P.11
3. இயல் - 48 : 1 - பக். 84

இதில் எரிவிழி, கருமுகம், நீண்ட பல், குட்டை மயிர், விரிதலை, கொடுவாள் மீசை, நீர்ப்பாம்பு, நெளியும் மார்பு, காருடை இவை யாவும் கட்புலப் படிமங்கள்.

அன்னமும் நீலியும் பேசிக்கொண்டிருக்கின்றனர். அப்போது அன்னம் நரிக்கண்ணனால் கொலையுண்ட தாய் தந்தையரை நினைக்கின்றாள்.

பனைக்கைஉறும் களிறுபோல் தந்தை யாரும்
படருமலர்க் கொடிபோலும் அன்னை யாரும்
எனைக்கையிலே ஏந்திவளர்த் தார்கள் ஐயோ!
இறக்கையிலே துடிக்கையிலே என்றன் பெண்ணே
உனைக்கையில் வைத்தோம்இப்போ துளத்தில்
வைத்தோம்
உயிர்விட்டோம் அயல்விடுத்தோம் எனச்சென்றாரோ[4]

இதில் பனைக்கைஉறும் களிறு, படரும் மலர்க்கொடி, கையிலே ஏந்தி வளர்த்தல், கையில் வைத்தல் என்ற இவை யாவும் கட்புலப் படிமங்கள்.

பேழையினைத் தேடி அலைந்து அன்னம் ஒரு சோலையை அடைகின்றாள். அப்போது வேலனைப்பற்றி நினைக்கின்றாள்.

கிளிக்கழுத்தின் பொன்வரிபோல் அரும்பும் மீசை
கீழ்க்கடலின் மாலைவெயில் கலந்த நீல
ஒளித்திரைபோல் தலைமயிர்சிங் கத்தின் தோற்றம்!
உயிர்பரிதி வான்போன்ற மேனி வாய்ந்தான்![5]

இதில் கிளிக்கழுத்து, பொன்வரி அரும்பும் மீசை, கீழ்க்கடலின் மாலை வெயில் கலந்த நீல ஒளித்திரைபோல் தலைமயிர், சிங்கத்தின் தோற்றம், பரிதி வான்போன்ற மேனி இவை யாவும் 'கட்புலப் படிமங்கள்.'

செவிப்புலப் படிமங்கள்: காதினால் மட்டிலும் கேட்டு உள்ளத்தைப் பறிகொடுக்கச் செய்யும் படிமங்கள் இவை. பாண்டியன் பரிசில் சிலவற்றைக் காண்போம். நரிக்கண்ணனுக்கு முடிசூட்டப் போவதை முரசறைந்து முழக்குவதை,

---

4. இயல் - 51 : 1 - பக். 89
5. இயல் - 62 : 4 - பக். 117

. . . . முழக்குகின்றான்; அன்னோன் வாழ்வின்

"முடி"வைத்தான் முழக்குகின்றான். முரச றைந்தே[6]

என்பர் கவிஞர். "இதில் முழக்குகின்றான்" என்பதில் முரசொலி கேட்கின்றதல்லவா ? எதிரிகள் ஆத்தாளின் குடிசையைச் சூழ்கின்றனர்.

முழங்கிற்றுக் குதிரைகளின் அடிஓ சைதான்![7]

இதில் குதிரைகளின் அடிஓசை செவிப்புலப்படிமம். பேழையைத் தேடித் தருவோன் அன்னத்தை மணப்பான் என்று முரசறையப் பெறுகின்றது.

கதிர்நாட்டின் வீதியெல்லாம் யானை மீது

கடிமுரசம் முழங்கினான்[8]

இதில் "முழங்கினான்" என்பது செவிப்புலப் படிமம். நீலியும் அன்னமும் பேசிக்கொண்டிருந்தபோது நரிக்கண்ணன் மகன் வருகின்றான். அன்னத்தின்மீது தான் கொண்டிருக்கும் காதல்பற்றி உளறிக் கொட்டுகின்றான். அன்னத்திற்குச் சிரிப்பு அடக்க முடியவில்லை. இதனைக் கவிஞர்,

செவ்விதழின் கதவுடைத்து வரும்சி ரிப்பைத்

திருப்பிஅழைத் துள்ளடக்கிக் கொண்டி ருந்தாள்[9]

இதழ் கதவுடைத்தல் என்பது 'செவிப்புலப் படிமம்.'

சுவைப்புலப் படிமங்கள்: நாவினால் பெறும் அநுபவத்தைத் தருபவை இவை. பாண்டியன் பரிசில் சிலவற்றைக் காண்போம். வேலன் நெஞ்சம் அன்னத்தின்மேல் உள்ளது என்பதைக் கவிஞர்,

கன்னலிலே சாறெடுத்து தமிழ்கு ழைத்துக்

கனிஇதழாற் பரிமாறும் இனிய சொல்லாள்

அன்னத்தின் மேல்வைத்தான் நெஞ்சை வேலன்[10]

என்று காட்டுவார். இதில் கன்னலின் சாறு, தமிழ் குழைத்தல், கனி இதழால் பரிமாறுதல் என்பவை சுவைப்புலப் படிமங்கள். நீலியின் மூலம்

---

6. இயல் - 23 : 2 - பக். 44
7. இயல் - 24 : 1 - பக். 46
8. இயல் - 43 : 1 - பக். 72
9. இயல் - 46 : 7 - பக். 78
10. இயல் - 76 : 1 - பக். 143

அன்னத்தை அறிமுகம் செய்துகொண்டு அவளை வசப்படுத்த அரும்பாடு படுகின்றான் நீலன். நீலி சொல்வாள்:

கரும்பல்ல; அதுபிழிந்த சாறே போலும்
கழறுகின்ற மொழியுடையாள் அன்னம் நெஞ்சம்
இரும்பல்ல! நான்சொல்வேன் ஏற்றுக் கொள்வாள்![11]

இதில் கரும்பு, அது பிழிந்த சாறு, கழறுகின்ற மொழி இவை சுவைப்புலப் படிமங்கள். தன் மாமன் நரிக்கண்ணனைப்பற்றி அன்னம் குறிப்பிடும்போது அவள்,

சுரந்தபால் இனிதருந்தி பரந்து லாவும்
நெடும்பன்றிக் குட்டிகள்போல் மக்கள் யாரும்
நிறையன்பால் உடன்பிறந்தார் என்று ணர்த்தக்
கிடந்துதவம் புரிகின்ற உலகில்[12]

என்கின்றாள். இதில் சுரந்தபால், இனிதருந்தல் 'சுவைப்புலப் படிமங்கள்.'

நாற்றப்புலப் படிமங்கள்: மூக்கினால் முகர்ந்து அநுபவிக்கக் கூடிய படிமங்களாக அமைந்திருப்பவை இவை. நரிக்கண்ணன் பேழையை ஆள் மாறாட்டத்தால் தவறாகக் கொடுத்து விட்டதை,

இமைக்குள்ளே கருவிழியைக் கொண்டு போகும்
எத்தனவன் பேழையினை ஏப்ப மிட்டான்
கமழாத புதர்ப்பூப்போல் திருடர் யாரும்
கதிர்நாட்டின் மலைமேல்தான் இருத்தல் கூடும்.[13]

என்று குறிப்பிடுவான். இதில் கமழாத புதர்ப்பூ என்பது 'நாற்றப்புலப் படிமம்.' பாண்டியன் பரிசில் இஃது அரிதாகவே காணப்பெறுகின்றது.

தொடுபுல (நொப்புல)ப் படிமங்கள்: இந்த நுண்ணிய படிமங்கள் காவியத்தில் அமைந்து காவியத்திற்குப் பொலிவூட்டுகின்றன. நமது உடலின் தோலின் அடிப்புறத்தில் பரவிக் கிடக்கும் நுண்ணிய பூ நரம்புகளினால் தடவும் அநுபவத்தை நுகரக்கூடிய படிமங்களாக அமைபவை இவை. மன்னன் இறந்து கிடப்பதை அரசமாதேவி கண்ணுக்கினியாள் காண்கின்றாள்.

---

11. இயல் - 57 : 22 - பக். 109
12. இயல் - 22 : 2 - பக். 42
13. இயல் - 47 : 4 - பக். 82

கலைந்ததுவோ என்காதல் ஓவி யந்தான்!
எனக்கூறிக் கட்டழகன் உடலை அள்ளி
அணைத்திட்டாள் மலர்க்கையால் கன்னம் உச்சி
அணிமார்பு தடவினாள்! ஈட்டி யாலே
தணல்போலும் புண்பட்ட முதுகு கண்டாள்.[14]

இதில் அணைதல், மலர்க்கை, கன்னம் உச்சி, அணி மார்பு தடவுதல் ஆகியவை 'நொப்புலப் படிமங்கள்.'

தாய்தந்தையரை இழந்த அன்னத்தின் சிறிய உளம் பெரிய துன்பத்தைப் பொறுக்க முடியாது வேதனையுறுகின்றது.

ஒப்புரைக்க முடியாத அன்னை என்னை
ஒருக்கணித்து மாப்பணைத்து மேனி யெல்லாம்
கைப்புறத்தில் ஆம்படிக்குத் தழுவி என்றன்
கண்மறைக்கும் அரிகுழலை மேலொ துக்கி
மைப்புருவ விழிமீது விழிய மைத்து
மலர்வாயால் குளிர்தமிழால் கண்ணே என்று
செப்பிமுத்த மிட்டானே! அன்புள் ளாளின்
செந்தாம ரைமுகத்தை மறப்பே னோநான்?[15]

இதில் ஒருக்கணித்து மார்பணைத்தல், மேனியெல்லாம் கைப்புறத்தில் ஆம்படிக்குத் தழுவுதல், கண்மறைக்கும் அரிகுழலை மெலொதுக்குதல், மைப்புருவ விழிமீது விழியமைத்தல், மலர்வாயால் குளிர்தமிழால் கண்ணே என்று செப்பி முத்தமிடுதல் என்றவையெல்லாம் நொப்புலப் படிமங்களாகும்.

இயக்கநிலைப் படிமங்கள்: ஒரு பொருள் அல்லது மனிதனின் இயக்கத்தை விளக்குவதுபோல் அமைவது இப்படிவம். ஆத்தாளின் குடிசையை எதிரிகள் சூழ்கின்றனர். வேலன் அவர்களைத் தொடர்ந்து வருகின்றான்.

---

14. இயல் - 8 : 1, 2 - பக். 12
15. இயல் - 22 : 3 - பக். 43

பெருவாளும் குதிரையும்பாய்ந் தனப கைமேல்!
பலகுதிரை மறவரின்மேல் வேலன் எட்டிப்
பாய்ந்தனன்பல் ஆடுகட்குள் வேங்கை போலே!¹⁶

இதில் பெருவாளும் குதிரையும் பாய்தல், வேலன் எட்டிப் பாய்தல் என்பவை இயக்கநிலைப் படிமங்கள்.

பேழையைத் தேடுகையில் ஆத்தாள் வீரப்பன் கணுக்காலை வெட்டுகின்றாள்; வீரப்பன் ஆத்தாளின் இடக்கையை வெட்டி வீழ்த்துகின்றான்- ஒருவரையொருவர் அறிந்து கொள்ளாமல், இருவரும் அருகருகே துடித்து வீழ்கின்றனர். இக்காட்சியைக் கவிஞர்,

செந்நீரில் புரளுகின்ற இரண்டு டம்பும்
தெண்ணீரின் கரைமீனாய்த் துடிக்கும்!¹⁷

என்று வருணிப்பார். இரண்டு உடம்பு செந்நீரில் புரளுதல். தெண்ணீரில் கரைமீனாய்த் துடித்தல் இவை இயக்கநிலைப் படிமங்கள்.

அரசனையும், அரசமாதேவியையும் கொன்று தீர்த்த நரிக்கண்ணன் ஆத்தாளை, அன்னத்தை, பேழையை அடையாளப்படி எங்கும் படையாளர்கள் தேட வகை செய்கின்றான். இவன் எதிரில் வேழமன்னன் வருவதைக் கவிஞர்,

கோத்தான முத்துலவு மார்பி னோடு
குன்றுநடை கொண்டதுபோல சென்று நின்றான்!
சாய்த்தானே நரிக்கண்ணன் மன்னவன்பால்¹⁸

என்று வருணிப்பர். இதில் குன்று நடைகொண்டதுபோல் செல்லல், நரிக்கண்ணன் மன்னவன்பால் சாய்தல் இவை இயக்கநிலைப் படிமங்கள்.

"எட்டி" பூத உருவத்துடன் வந்து கூச்சலிடுகின்றான். இதனைக் கண்டு மக்கள் வெருண்டு நாலாபக்கமும் ஓடுகின்றனர். ஒருவன் பூதம் வீதிவரை வந்ததைப் பார்த்ததாகக் கூறுகின்றான். இந்த நிலைமையை வருணிக்கின்றார் கவிஞர்.

---

16. இயல் - 24 : 1, 2 - பக். 46
17. இயல் - 37 : 2 - பக். 61
18. இயல் - 14 : 1 - பக். 22

காலிருந்தும் போதாமல் இறக்கை வேண்டிக்
கடிதாக ஓடினான் ஐயோ என்றே!

அவளோடக் கண்டொருவன் ஓட அங்கே
அத்தனைபே ரும்பறந்தார்! பூதம்! பூதம்
இவணோடி வந்ததெனக் கூச்ச லிட்டார்!
இவ்வீதி அவ்வீதி மக்கள் எல்லாம்
கவணோடும் கல்லைப்போல் விரைந்தா ரேனும்
எவ்விடத்தில் போவதென்றும் கருத வில்லை
கவலைஎரு துகள்போல மக்கள் யாரும்
கால்கடுக்க நகர்சுற்றிச் சுற்றி வந்தார்.[19]

இதில் கடிதாக ஓடுதல், கண்டொருவன் ஓடுதல், அத்தனை பேரும் பறத்தல், இவண் ஓடி வந்ததெனல், கவண்ஓடும் கல்லைப்போல் விரைதல், கவலை எருதுகள்போல் கால்கடுக்க நகர்சுற்றிச் சுற்றி வருதல் - இவை யாவும் 'இயக்க நிலைப் படிமங்கள்.' இங்ஙனம் இயக்கநிலைப் படிமங்கள் பாட்டில் அமைந்து பாட்டநுபவத்தை மிகுவிப்பதைக் கண்டு மகிழலாம்.

கலவைநிலைப் படிமங்கள்: பாவேந்தரின் சில பாடல்களில் ஒன்றுக்கு மேற்பட்ட பல்வேறு படிமங்கள் கலந்து கவிதைக்குப் பொலிவூட்டி பாட்டநுபவத்தை மிகுவிக்கின்றது.

- குயிலி னங்கள்
திருச்சின்னம் ஊத, நறுந் தென்றல் வீசச்
செவ்வடியால் அன்னம்உலா வரும்நா டாள்வீர்[20]

வேழமன்னன் கொலைக்குற்றம் சாட்டிச் சீறும்போது நரிக்கண்ணன் தன் மகனை அன்னம் மணந்து கொண்டு நாடாளட்டும் என்று கூறும்முன் அரசனை விளித்துப் பேசுவது இது. "குயிலினங்கள் திருச்சின்னம் ஊத" என்பதில் செவிப்புலப் படிமமும், "நறுந்தென்றல் வீச" என்பதில் நொப்புலப் படிமமும், "செவ்வடியால் அன்னம் உலாவரும்" என்பதில் இயக்கநிலைப் படிமமும் கலந்து அமைந்து கவிதைக்குப் பொலிவூட்டுவதைக் கண்டு மகிழலாம்.

19. இயல் - 49 : 4, 5 - பக். 86
20. இயல் - 40 : 2 - பக். 67

பேழைக்குப் புலன் கேட்டுத் திரிந்த அன்னம் ஒரு சோலையை அடைகின்றதைக் கவிஞர்,

அகல்வானில் விட்டுவிட்டு மின்னல் போல
ஆங்காங்குச் சென்றுபின் மீண்டா ளாகிப்
பகல்வானம் மாணிக்கப் புனலா டுங்கால்
படர்முல்லை சிரித்திருக்கும் சோலை கண்டு
புகலானாள்; குதிரையினை விட்டாள்! அங்குப்
புன்னைவர வேற்பளிக்கத் தென்றல் வந்து
துகிர்உடலில் மணந்தடவ இசைய ரங்கு
தும்பியார் துவக்கினார்! அமர்ந்தாள் அன்னம்[21]

என்று கூறுவார். அகல்வானில் விட்டுவிட்டு மின்னல்போல, படர்முல்லை சிரித்திருக்கும் சோலை, புன்னை வரவேற்பளித்தல், இவை கட்புலப் படிமங்கள்; தென்றல் வந்து துகிர் உடலில் மணம் தடவ நொப்புலப் படிமம்; இசையரங்கு தும்பியார் துவக்குதல் செவிப்புலப்படிமம்; பகல்வானில் மாணிக்கப் புனலாடுதல் இயக்கநிலைப் படிமம்; இந்த நான்கு வகைப்படிமங்களும் கவிதைக்குப் பொலிவூட்டுவதைக் கண்டு மகிழலாம்.

நீலனும் நீலியும் நீலன் வீட்டில் உரையாடிக் கொண்டுள்ளனர். உரையாடலின் முடிவுநிலையைக் கவிஞர்,

வட்டிலிட்ட வெற்றிலைக்குச் சீவல் நெய்யால்
வறுத்தெடுத்து நிறுத்தநிறை மணமும் சேர்த்துத்
தட்டிலிட்டுச் செம்பினிலே இன்பால் பெய்து
தனித்தனியே முக்கனியின் சுவையும் இட்டுப்
பட்டிலிட்ட மேல்விரிப்பில் பூவ டிப்பைப்
பாரெல்லாம் மணம்பரவத் தெளித்துத் தங்கக்
கட்டிலிட்ட அறைகாட்டி நீலி தோள்மேல்
கையிட்டான் பெருவீடு கமழச் சென்றார்[22]

என்று காட்டுவார். இது நீலன்-நீலியின் புணர்ச்சி மகிழ்தலைக் காட்டுவது. வட்டிலிட்ட வெற்றிலை, சீவலைத் தட்டிலிடுதல், கட்டிலிட்ட அறை இவை கட்புலப் படிமங்கள்; சீவலை வறுத்தெடுத்து மணமும் சேர்த்தல் நாற்றப்புலப் படிமம்; செம்பினிலே இன்பால் பெய்தல்,

21. இயல் - 62 : 1 - பக். 116
22. இயல் - 68 : 8 - பக். 130

தனித்தனியே முக்கனியின் சுவையிடுதல் இவை சுவைப்புலப் படிமங்கள்; பட்டிலிட்ட மேல்விரிப்பில் பூவடிப்பைப் பாரெல்லாம் மணம் பரவத் தெளித்தல், நீலிதோள்மேல் கையிடுதல், பெருவீடு (பேரின்பம்) கமழச் செல்லுதல் இவை நொப்புலப் படிமங்கள். இதிலும் நால்வகைப் படிமங்களும் இணைந்து கவிதைக்கு நற்சுவையூட்டி நிற்றலைக் கண்டு மகிழலாம்.

நீலியும் அன்னமும் செய்யாற்றில் ஓடத்தில் உலாவச் செல்லும்போது எதிர்பாராத விதமாக மழையும் பெருங்காற்றும் ஏற்பட்டதால் விபத்துக்குள்ளானபோது வேலனால் காக்கப்பெற்று குடிசைக்குக் கொணரப்பெற்றார்கள். ஆத்தாள் அன்னத்துக்குச் செய்த உபசாரத்தைக் கவிஞர்,

நனைந்தகுழ லுக்குச்சந் தனம்பு கைத்து
நளிருண்டோ எனநெற்றி, தொட்டுப் பார்த்துப்
பனம்பழத்தின் சாறட்ட பனாட்டுத் தேனும்
பரிந்தளித்துக் கருங்குயிலை அருந்தச் சொல்லி
நினைத்திருந்தேன் மறந்துவிட்டேன் செங்க ரும்பை
நெறித்தெடுத்த சாற்றுக்கற் கண்டு காய்ச்சப்
புனைந்துவைத்தேன் முல்லையிலே கண்ணி ஒன்று
புரிகுழலில் வையென்று தந்தாள் ஆத்தா![23]

என்று காட்டுவார். நனைந்த குழலுக்குச் சந்தனம் புகைத்தல், நாற்றப்புலப் படிமம்; நளிருண்டோ என நெற்றியைத் தொட்டுப்பார்த்தல் நொப்புலப் படிமம், பனம்பழத்தின் சாறட்ட பனாட்டுத்தேனும் பரிந்தளித்தல், செங்கரும்பை நெறித்தெடுத்த சாற்றுக்கற் கண்டு சுவைப்புலப் படிமங்கள். கருங்குயில் கட்புலப் படிமம்; முல்லையிலே கண்ணிஒன்று புரிகுழலில் வைக்குமாறு தருதல் இயக்கநிலைப் படிமம். இதில் ஐந்துவகைப் படிமங்கள் அமைந்து பாட்டின் சுவையநுபவத்தைப் பன்மடங்கு உயர்த்துகின்றன.

மின்வெட்டுப் போன்ற மணிமொழிப் படிவங்கள்: இவன் காட்டிய பல்வேறு வகைப் படிமங்களைத் தவிர பல்வேறு இடங்களில் கவிஞரின் சொற்களிலும் சொற்றொடர்களிலும் மின்வெட்டுகள்

23. இயல் - 54 : 3 - பக். 94

போன்ற பல்வேறு படிமங்கள் பாங்குற அமைந்திருப்பதைக் கண்டு மகிழலாம். அவற்றுள் சிலவற்றை ஈண்டு எடுத்துக் காட்டுவோம். சிமிழ்க்காத விழி, எரியும் கண்ணாள், தணல் சிந்தும் விழி, கிளியுதடு, கனல் சிந்தும் நகைப்பாலே நெருப்பாக்கி, நெய்யாலே மூண்டெழுந்த நெருப்பு, ஒளி திகழும் கிளிச் சிறைப்பொன், தீத்தாவும் கண், தீத்தாவும் கண்ணுடையார், முகில் கிழித்து வரும் நிலவு, நரிக்கண்ணன் மகனாய் வந்த கொழுக்கட்டை, எரிவீழும் கண், எரிவிழி, ஒளிவிளக்கும் கதிரவன், பனைக்கைஉறும் களிறு, படரும் மலர்க்கொடி, கிளிக்கழுத்தில் பொன்வரி, கைமலரில் தலைசாய்த்து, சேலின் விழி மகிழ்ச்சி, தென்னம் பாளைக்கு நிகரான நகைமுகம், சிவப்பாம்பல் மலர்வாய், கருப்பஞ்சாற்றுச் சொல் - இவை யாவும் கட்புலப் படிம வகை.

வாள் அதிர்ப்பு, கிளி மொழியாள், சிரிக்க உடல் எடுத்தவன், 'கிரீச்' சென்னும் சுவர்க்கோழி. இவை செவிப்புலப் படிமவகை. கன்னலின் சாறே (விளி), முப்பழத்தின் சாற்றுக்கு நிகரான மொழியாளே (விளி), காட்சித் தேனில் வண்டு, கன்னல் மொழி, கோவை இதழ், தேனிதழாள் - இவை யாவும் சுவைப்புலப் படிமவகை. மாந்தளிர் மெல்லுடல், செந்தாமரை இதழால் வாயிதழ், தாமரைக் கண் இமை, தளிர்மேனி, என்பவை நொப்புலப் படிம வகை.

பாட்டின்பம்: இந்தப் படிமங்களின் செயல்களைச் சிந்திப்போம். நம் உடல் தூண்டல்-துலங்கல் (Stimulus-response) என்ற உளவியல் தத்துவப்படி இயங்குகின்றது. உள்ளமும் அதற்கேற்பத் துலங்குகின்றது. வெளியுலகிலிருந்து தூண்டல்கள் புலன்களைத் தாக்கும்போது (Sensory level) அவற்றிற்கேற்பத் துலங்குகின்றன. அஃதாவது அப்புலன்கள் அத்தூண்டல்களால் கிளர்ச்சி யடைகின்றன. அதனால் ஏற்படும் உணர்ச்சியை மனம் அநுபவிக்கின்றது. இந்த உணர்ச்சிப் பெருக்கில் உண்டாகும் இன்பமே - முருகுணர்ச்சியே - சந்தர்ப்பத்திற்கேற்ப ஒன்பது சுவைகளாகப் பரிணமிக்கின்றன. எடுத்துக்காட்டாக, மணப்பொருள்கள் தரும் மணத்தை நாற்றப்புல நரம்புகள் வாங்கி மூளைக்கு அனுப்புகின்றன. மனம் அப்பொருள்களை நல்கும் மணத்தைத் துய்க்கின்றது. ஊதுவத்தியின் மணம் செயற்படுவதைக் கருதலாம். இங்ஙனமே

பிறபுலன்களின் மூலம் பெறும் தூண்டல்களால் மனம் அந்தந்தப் பொருள்கள் தரும் சுவைகளைப் பெற்று அவற்றில் ஈடுபடுகின்றது. இவ்வாறு வெளியுலகத் தூண்டல்களால் அடிக்கடி மனம் பெறும் அநுபவம் பெருமூளையில் பதிவாகிவிடுகின்றது. உலகை இன்பமயமாகக் கண்டு உள்ளத்தில் பூரிப்பு அடைபவர்கள் கவிஞர்கள்.

இவ்வாறு பெருமூளையில் பதிவாகி இருக்கும் அநுபவம் அச்சு வடிவிலுள்ள கவிதைகளைப் படிக்கும்போது நினைவாற்றலின் காரணமாகத் தூண்டல்களாக (Ideational level), மேற்பூத்தண்டு (Hypothalamus) என்ற பகுதிகளின் மூலமாகப் புலன்களை அடையும்போது மூளையில் அற்புதமாக அமைந்திருக்கும் நரம்பு அமைப்புகளைத் தூண்ட, அந்நரம்புகளின் இயக்கத்தால் மாங்காய்ச் சுரப்பிகள் (Adrenal glands) போன்ற நாளமிலாச் சுரப்பிகளில் (Ductless glands) சாறுகளைச் சுரக்கச்செய்து குருதியோட்டத்தை மிகுவிக்கின்றன. உடலும் கிளர்ச்சி அடைகின்றது. அப்போது கவிதைகளில் வரும் படிமங்களைப் புலன்கள் மீண்டும் மனத்தில் தோன்றச் செய்கின்றன. மனம் அக்காட்சிகளை அநுபவித்து மகிழ்கின்றது. இத்தகைய முருகுணர்ச்சி பாவேந்தருடைய பாடல்களைப் பயிலுங்கால் ஏற்படுகின்றது; இந்த உணர்ச்சியை நாம் பயிற்சியால் பெறுகின்றோம். "பாண்டியன் பரிசி"லுள்ள பாடல்கள் கவிஞருடைய அநுபவத்தையே நம்மிடம் எழுப்புகின்றன; நாம் அதனை மானசீகமாகக் கண்டு மகிழ்கின்றோம். பாடல்கள் "மம்மர் அறுக்கும் மருந்தாக" நமக்குக் களிப்பூட்டுவதையும் காண்கின்றோம்.

இயல் - 10
காவியம் உணர்த்தும் உண்மைகள்

வாழ்க்கையிலும் மனிதப் பண்பிலும் உள்ள பொதுத் தன்மையை எடுத்துக் கூறுவதே கவிதையின் நோக்கமாகும். கவிதை வாழ்க்கையின் திறனாய்வுதானே. "யான் பெற்ற இன்பம் பெறுக இவ்வையகம்"[1] என்ற உயர்ந்த கொள்கை - குறிக்கோள் - கவிதைத் துறையில் எளிதாக நிறைவேறி விடுகின்றது. கவிஞனின் மனத்தில் தோன்றிய அநுபவமே கவிதையாக உருப்பெறுகின்றது; மலர்கின்றது. கவிதையைப் படிக்கும் நாமும் அக்கவிஞன் பெற்ற அநுபவத்தையே பெற்றுவிட்டால், கவிதையும் உணர்த்த வேண்டியவற்றை உணர்த்தி விடும் நிலையை அடைந்து விடுகின்றது. திருவாசகத் தேனை மாந்திய அறிஞர்களில் பலர் தம் அநுபவத்தை வெளியிட்டுள்ளனர். வேற்றுச் சமயத்தைச் சார்ந்த வேற்று நாட்டினராகிய ஜி.யு. போப் இதன் பக்திச் சுவையில் ஈடுபட்டு இதனையொத்த பக்தி நூல் யாண்டும் இல்லை என்று கூறினார்; என்பையும் உருக்கவல்ல இலக்கியம் என்று சாற்றினார். சிவப்பிரகாச அடிகள்,

திருவா சகம்இங் கொருகால் ஓதின்
கருங்கல் மனமும் கரைந்துகக் கண்கள்
தொடுமணற் கேணியின் சுரந்துநீர் பாய
அன்பர் ஆகுநர் அன்றி
மன்பதை உலகில் மற்றையர் இலரே[2]

என்று தம் அநுபவத்தை எடுத்தோதுகின்றார். சமயத்துறையில் எங்கும் சமரசத்தைப் பரப்பிய வள்ளல் பெருமானும் திருவாசகத்தில் ஈடுபட்டுப் படித்ததால்,

நற்கருப்பஞ் சாற்றினிலே
தேன்கலந்து பால்கலந்து
செழுங்கனிதீஞ் சுவைகலந்து

---
1. திருமந்திரம் - 85
2. நால்வர் நான்மணி மாலை - 4.

> ஊன்கலந்து உயிர்கலந்து
> உவட்டாமல் இனிப்பதுவே[3]

என்று தம்மை மறந்து பாடுவார். உயர்கவிதைகள் யாவும் அவற்றில் ஈடுபட்டுப் படிப்போரிடம் கவிஞர்களின் அநுபவத்தையே பெறவைத்து விடுகின்றன. தமிழ் இலக்கியத்தைப் பொறுத்தமட்டிலும் தமிழ்க் கவிஞர்கள் வாழ்க்கையைச் செம்மைப்படுத்துவதே இலக்கியத்தின் நோக்கம் என்ற கொள்கையினையுடையவர்களாக இருந்தனர் என்று கருதலாம்.

> உரத்தின் வளம்பெருக்கி யுள்ளிய தீமைப்
> புரத்தின் வளமுருக்கிப் பொல்லா மரத்தின்
> கனக்கோட்டம் தீர்க்குநூ லஃதேபோல் மாந்தர்
> மனக்கோட்டம் தீர்க்கும்நூல் மாண்பு[4]

என்ற நன்னூலாசிரியர், பவணந்தி முனிவரின் கூற்றினாலும் இதனை அறியலாம். இதனால் மக்களின் அறியாமையைப் போக்கி அறிவு கொளுத்துதல் கவிதையின் முதன்மையான வேலையாயிருத்தல் வேண்டும் என்பது பெறப்படுகின்றது.

கவிதையின் தலைமைப் பண்பு: கவிதையின் தலைமைப் பண்பு அஃது உணர்த்தும் உண்மையில்தான் உள்ளது. மனித அநுபவத்திலும் இயற்கையிலும் நாம் சாதாரணமாகக் காணாத புலனுணர் ஆற்றலுடைய அழகுகளையும் ஆழ்ந்த உண்மைகளையும் அது காட்டுகின்றது. நம்மில் ஒரு சிலருக்குக் கவிதை உணர்வும் உட்காட்சியும் (Insight) ஓரளவு அமைந்துள்ளன. ஆனால், இவர்களில் பெரும்பாலோரிடம் இத்தகைய கவிதைத் திறன் சாதாரண வாழ்க்கையின் இருப்புநிலைகளால் நெருக்குண்டு, அன்றாட வாழ்க்கையின் கூறுகளாகவுள்ள உலகாயதக் கவர்ச்சிகளால் குன்றச் செய்யப்பெற்று, சிலசமயம் நனவு நிலையிலும், அல்லது நனவிலி நிலையிலும் நசுக்கப் பெறுகின்றது. ஆனால், உண்மைக் கவிஞனிடம் உலகப் பொருள்களில் அழகினையும், ஆழ்ந்த உண்மைகளையும் காணுந்திறன் ஈடு எடுப்பற்ற அளவிலுள்ளது; அன்றியும், நாம்

---
3. திருவருட்பா : ஆளுடைய அடிகள் அருள் மாலை - 7
4. நன்னூல் - 15.

காண்பவற்றையும் கேட்பவற்றையும் தெளிவாக வெளியிட்டுக் கூறுந்திறனும் அமைந்து கிடக்கின்றது. இவ்விளக்கத்தைப் படிக்கும் நம்முடைய கற்பனையும் ஒத்துணர்ச்சியும் துடிப்பும் பெற்று அவற்றை அக்கவிஞனுடன் சேர்ந்து காணவும் உணரவும் செய்து விடுகின்றது. எனவே, கவிதை நமக்குக் கவிஞனின் உள் நோக்குடன் நாமாகவே வாழ்க்கையைக் கூர்ந்து நோக்கிப் பொருளுணரவும் கற்பிக்கின்றது என்றும், நம்முடைய பார்வையையும் ஒத்துணர்ச்சியையும் உரம்பெறச் செல்கின்றது என்றும் தெளிகின்றோம்.

காவியப்பண்பு: தலைவன் ஏவலாளருக்குக் கூறுபவை **அறநூல்கள்** என்றும், நண்பர்கள் ஒருவருக்கொருவர் கூறும் முறையில் அமைந்தவை **புராணங்கள்** என்றும், கணவனுக்கு மனைவி உரைப்பது போன்றவை **காவியங்கள்** என்றும் ஒருவகைப் பாகுபாடு உரைப்பர் வடமொழி வாணர்கள். இல்வாழ்க்கையில் சொற்களைவிட உள்ளத்து உணர்ச்சிகளே ஆற்றல் மிக்கவை என்பதும், சொற்களால் உணர்த்துவதே மிகுதி என்பதும் நாம் அறிந்தவை. இக்காரணத்தால் தான் ஒரு சில வரிகளாலான அகத்துறைச் சங்கப்பாடல்கள் உணர்ச்சியைக் கொட்டி நம் உள்ளத்தைக் கொள்ளை கொள்ளுகின்றன. இத்தகைய உணர்ச்சிதான் காவியங்களிலும் அமைந்து கிடக்கின்றது. ஒழுக்கம், அறம் முதலியவற்றை அதிகமாக நேரே கூறி வற்புறுத்தாமல் கற்பனையநுபவத்தின் வாயிலாகவும், காவிய மாந்தர்களின் கூற்று வாயிலாகவும், அப்பாடல்கள் உள்ளத்தில் தாமே சென்று பதியும் முறையில் அமைந்து விடுகின்றன.[5] இந்தக் கருத்துக்களின் அடிப்படையில் "பாண்டியன் பரிசு" உணர்த்தும் உண்மைகளைக் காண்போம்.

முடியாட்சியின் குறைகள்: பாவேந்தர் முடியாட்சியை விரும்பாதவர்; பாண்டியன் பரிசில் அந்த அரசின் சூழ்ச்சித்திறன்கள், தில்லுமுல்லுகள் முதலியவற்றைப் பட்டவர்த்தனமாக்குகின்றார். கதிர்நாட்டைக் கைப்பற்றி அதன் ஆட்சியைத் தன்வசப்படுத்தக்

5. இந்த இயலின் தொடக்கம் முதல் இதுவரை இவ்வாசிரியரின் "பாஞ்சாலி சபதம் - ஒரு நோக்கு" என்ற நூலின் இயல் - 11 இல் பக். 131-134 இல் உள்ள பகுதிகள் அப்படியே எடுத்துக்கொள்ளப் பெற்றுள்ளன.

கருதிய வேழநாட்டுப் படைத்தலைவன் (அன்னத்தின் தாய் மாமன்) கதிர்நாட்டரசன் கதிரை வேலன்மீது அடாதபழிகளைச் சுமத்தித் தன் அரசன் வேழ நாட்டானைப் படை எடுத்து வரச் செய்கின்றான். இரண்டு அரசர்களும் வாட்போர் புரிந்துகொண்டிருக்கையில் நரிக்கண்ணன் கருந்திரைக்குள் உடல் மறைத்துக் கொண்டும் முகமூடி அணிந்துகொண்டும் பின்புறமிருந்து நடு முதுகில் ஈட்டியைப் பாய்ச்சிக் கொன்றுவிடுகின்றான். தான் அணிந்திருந்த கருந்திரையையும் முகமூடியையும் அங்கு நின்ற தன் ஆள் ஒருவனை அணியச் செய்து விடுகின்றான். தன் தங்கையிடம் தன் மைத்துனன் இறந்தமைக்கு நீலிக் கண்ணீர் வடித்து முகமறைந்த ஒரு தீயன் முடுகி வந்து நடுமுதுகில் ஈட்டியைக் கண்டு தான் திகைத்தமையைக் கூறுகின்றான்.

இந்த நிலையில் கரிய உடை அணிந்த ஆள் நரிக்கண்ணனைச் சந்தித்து மேலும் செய்ய வேண்டுவதென்ன எனக் கேட்க வரும்போது தன் தங்கை கண்ணுக்கினியாள் "நீதானா மன்னனின் பின்புறத்தில் ஈட்டி பாய்ச்சினவன்?" என்று வாளைத் தூக்கி அவன்மீது பாயும்போது அவன் "அன்னையே, இந்தக் கரிய உடை தந்தவர் இந்த மகானுபாவரே; தம் முன்னே மன்னன்மீது ஈட்டி எய்தவர் இவரே" என்று உரைக்கின்றான். உண்மை வெளிப்பட்டதே என்று கருதிய நரிக்கண்ணன் இடையில் மறைத்து வைத்திருந்த வாளைக்கொண்டு தன் உடன்பிறப்பை, அரசி தன்னை, வெட்டிச் சாய்க்கின்றான். அடுத்து அன்னத்தைக் கொல்லத் திட்டம் போடுகின்றான். வேழ மன்னனிடம் நீலிக்கண்ணீர் வடித்து முடிசூட்டப் பெறுகின்றான். முடியாட்சியில் இத்தகைய செயல்கள் நடைபெறக் கூடும்; இன்னும் எண்ணற்ற முறைகளில் முறைகேடுகள் நடைபெறக் கூடும் என்று கருதிய கவிஞர் முடியாட்சியை - கோனாட்சியை - வெறுக்கின்றார். குடியாட்சியையே விரும்புகின்றார். இதனை வீரத்தாய், கடற்மேற் குமிழிகள், புரட்சிக் கவி, குறிஞ்சித் திட்டு முதலிய இலக்கியங்களில் குடியாட்சி முறையையே முடிவாக்கிக் காவியங்களைத் தலைக்கட்டுகின்றார். ஆனால், பாண்டியன் பரிசில் அன்னம் - வேலன் திருமணமும் முடிசூட்டு விழாவும் ஒரே சமயத்தில் நிறைவெய்துமாறு காவியத்தை முடிக்கின்றார் என்றபோதிலும், இக்காவியத்தில் முடியாட்சி முறையை அமைத்து விடுகின்றார். கவிஞர் இந்த முடிவை

மேற்கொண்டமை நமக்கு இன்னும் விளங்காப் புதிராகவே அமைகின்றது.

சாதி ஒழிப்பு முறை: சாதி அமைப்பு முறை இந்தியாவின் ஒரு பழிச்சின்னம். அதனை அடியோடு ஒழித்துக்கட்ட முயல்கின்றார். தம் பேச்சிலும் எழுத்திலும் அம்முறையைக் கடிகின்றார். இந்தக் காவியத்தில் சாதி அமைப்பைப்பற்றிய கூற்றுகள் பல இடங்களில் வருகின்றன. நரிக்கண்ணனின் மகன் - கொழுக்கட்டை[6] அன்னத்திடம் "நான் அரசன் மகன்" என்று பெருமையோடு சொல்லிக்கொண்டு அரசன் மகளாகிய அன்னம் தன்னை மணப்பதுதான் பொருத்தம் என்ற குறிப்பைத் தருகின்றான்[7]. இத்தகைய குறுகிய கருத்தினைத் தகர்க்க முனைகின்றார் கவிஞர்.

காவியத் தலைவி அன்னம் வேழமன்னனிடம் பாண்டியன் பரிசைத் தேடித் தருவோனையே தான் மணக்க விரும்புவதாகவும், இதனை முரசறைந்து மக்களுக்கு அறிவிக்க வேண்டும் எனவும் வேண்டுகின்றாள்.

> **ஒருத்தன்எனை மணப்பதெனில் அன்னோன் என்றன்**
> **உயர்பேழை தனைத்தேடி தருதல் வேண்டும்."[8]**

என்றும்,

> **என்பாண்டி யன்பரிசை எனக்களிப்போன்**
> **எவனெனினும் அவனுக்கே உரியோள் ஆவேன்'**

என்றும் "உயர்சாதி" அரசன் மகள் வாயில் வைத்துப்பேசச் செய்கின்றார். அப்போது அருகில் இருந்த நரிக்கண்ணன் பலதடைகளை முன் வைப்பான்போல் பல வினாக்களை எழுப்புகின்றான். அவற்றில் ஒன்று "இகழ்ச்சாதி ஒப்புவதோ ?" என்பது[10]. பாண்டியன் பரிசை ஒரு தாழ்ந்த சாதிக்காரன் தேடித்தந்தால் அவனை மணக்க முன்வருவாளோ என்பது இதன் கருத்து. அதற்கு அன்னம் உடனே "இவ்வுலகில் எல்லோரும் நிகரே" என்று அடித்துப்

---

6. இயல் - 44 : 1 - பக். 73
7. இயல் - 46 : 3 - பக். 77
8. இயல் - 40 : 2 - பக். 67
9. இயல் - 41 : 1 - பக். 68
10. இயல் - 42 : 3 - பக். 70

பேசுகின்றாள். தான் சாதி அமைப்புக்குச் சாவுமணி அடிப்பவள் என்ற குறிப்பை வெளிப்படையாகவே பெறவைக்கின்றாள். தொடர்ந்து தன் காதலன் வேலனைக் கருத்தில் கொண்டு.

கூழையே னுங்கொண்டு காட்டு மேட்டுக்
கொல்லையே னும்சுற்றித் திரியு மந்த
ஏழையே னும்கண்ணுக் கினியான் இன்றேல்
இம்மியே னும்வாழ்வை இனியான் வேண்டேன்![11]

என்கின்றாள். இதனால் இவ்வுலகில் எல்லோரும் நிகரே என்று தன் மாமன் நரிக்கண் ணனிடம் கூறுகின்றாள்.

நரிக்கண்ணனிடம் அரச சாதியே உயர்ந்தது என்ற கருத்து வேரூன்றியுள்ளது. அரசர்கள் தங்கள் சாதி அமைப்பில் மேல்நிலை பெறவேண்டும் என்று சாதிப் பிரிவுகளைக் களையாது அவற்றை நிலைத்திருக்கச் செய்கின்றனர் என்ற கோட்பாட்டினைப் பாண்டியன் பரிசால் அறிய முடிகின்றது. அன்னம், ஆத்தாள் முதலியவர்களைக் காக்கும் வழியை வேழநாட்டரசன் ஆராயும்போது,

வெண்நிலவு முகத்தாளின் எண்ணம் கேட்டு
வேற்றுநாட் டிளவரசை மணக்கச் செய்து
மேலும்ஒரு தீங்கின்றிக் காக்க வேண்டும்[12]

என்ற அமைச்சன் கூற்றினால் இக்கருத்து வெளியாகின்றது. இக்கருத்தை அடியோடு வெறுப்பவர் நம் கவிஞர்.

பஞ்சமர் பார்ப்பனர் என்பதெல்லாம் என்ன?
பாரதநாட் டின் பழிச்சின் னத்தின் பெயர்[13]

என்ற அவரது வெறுப்பைப் பிரிதோர் இடத்தில் காணலாம். இன்று நம்நாட்டின் நிலை என்ன ? எங்கும் சாதிச்சண்டைகள்; மலிந்து காணப் பெறுகின்றன. அதுவும் தேர்தல்கள் நடைபெறுங்காலத்தில் இதனை அரசியல்வாதிகள் தூண்டி வளர்க்கின்றனர். இதனை எண்ணியே பாவேந்தர்,

---

11. இயல் - 42 : 4 - பக். 70
12. இயல் - 30 : 2 - பக். 53
13. பா.தா.க. தொகுதி - 1 பக். 163

> இருட்டறையில் உள்ளதடா உலகம், சாதி
> இருக்கின்ற தென்பானும் இருக்கின்றானே!"[14]

என்று வீரப்பன் வாயில் வைத்துப் பேசுகின்றார்; சாதி அமைப்பைச் சாடுகின்றார்.

மூடநம்பிக்கைகளை அகற்றுதல்: சாதி சமயங்களை மட்டிலும் ஒழித்து விட்டால் போதாது; அறிவு வளர்ந்து விடாது. சமயங்களின் அடிப்படையில் உண்டாகிய மூடநம்பிக்கைகளும் ஒழிய வேண்டும். மக்கள் தம் கண்மூடித்தனத்தால் தாம் என்ன சொல்கின்றோம் எதனைச் செய்கின்றோம் என்று தெரியாமலேயே வாழ்கின்றனர். அவர்களின் எழுச்சிக்கும் அறிவு வளர்ச்சிக்கும் மூடநம்பிக்கைகள் ஒழிந்தால்தான் விமோசனம் உண்டு. பாவேந்தர் பூதம், பேய், பிசாசு என்ற கருத்துகளைத் தம் காவியத்தில் நுழைத்து நையாண்டி செய்து நகைச்சுவையுடன் ஒழிக்க முயல்கின்றார். இந்த ஒழிப்பைப் பலர்வாயினின்றும் பேச வைக்கின்றார்.

மக்களிடம் பூதநம்பிக்கை இருப்பதைத் தனக்குச் சாதகமாகக் கொண்டு நரிக்கண்ணன்,

> ஆம்! இதற்கோர் சூழ்ச்சியினை நானுரைப்பேன்
> அம்மலையின் இப்போதே பூதம் ஒன்றை
> நாம்அனுப்பி அஞ்சும்வகை செய்யச் சொல்லி
> நாடெல்லாம் அந்நிலையைப் பரப்ப வேண்டும்
> போம்மக்கள் போவதற்கு நடுங்கு வார்கள்
> போய்த்தேடு வாரெல்லாம் நாமே யாவோம்"[15]

என்று திட்டம் தீட்டிச் செயற்படுத்துகின்றான். பூதத்தைக் கண்டு மக்கள் வெருண்டோடி அல்லல் படுவதை அற்புதமாக வருணித்து நம்மை நகைக்க வைக்கின்றார். மக்கள் கருத்திலுள்ள பூதம் எங்கும் பூதங்களாக உருவெடுப்பதைக் காண்கின்றனர்.

> முன்நடப்போர் பின்வருவோர் தம்மை எல்லாம்
> முகம்திரும்பிப் பார்க்குமுனம் பூதம் பூதம்

---

14. இயல் - 56 : 3 - பக். 99
15. இயல் - 47 : 6 - பக். 83

என்றலறி எதிர்வருவோர் தமைஅ ணைக்க
என்செய்வோம் பூதமென அவரும் ஓடி
நின்றிருக்கும் குதிரையையோ எதையோ தொட்டு
நிலைகலங்கி விழும்போதும் புழுதி தூற்றி
முன்றிலிலே பிள்ளைகளில் கண்கெ டுத்து
முழுநாட்டின் எழில்கெடுக்க முழக்கம் செய்வார்[16]

வீரப்பனின் தோழன் ஒருவன் வாயில் வைத்து நரிக்கண்ணன் மக்களின் பூதம் பற்றிய மூடநம்பிக்கைகளை எவ்வாறு பயன்படுத்திக் கொள்ளுகின்றான் என்பதை விளக்கும் போக்கில் கவிஞர் பேசுகின்றார்.

அரண்மனையில் யானைவரப், பூதம் என்றே
அலறினார்! மாவுத்தன் வைக்கோல் வண்டி
எருதின்மேல் வீழ்ந்தான்! சாய்ந்ததுவைக் கோலும்
எழுப்பிவைத்த சாரந்தான் நெளிய உச்சி
இருந்தகொல் லூற்றுக்கா ரன்கு தித்தான்!
எரியடுப்பால் கூரையும்வைக் கோலும் பற்றித்
தெருபற்றி எரிகையிலே பூதம் அங்கே
சிரிப்பதென அலறினார் அடுத்த ஊரார்![17]

வீரப்பனின் நண்பன்,

அஞ்சவைக்கும் பூதத்தை அஞ்ச வைக்க
அஞ்சாறு பூதத்தை நாம்அ னுப்பிக்
கொஞ்சிவிளை யாடவிட்டால் நல்லதாகும்
கூறுகநீர் விடை என்றான்[18]

அதனை வீரப்பன் ஆமோதித்து, "வேண்டுமானால் நிகழ்த்துவோம் நடப்பதெல்லாம் அறியவேண்டும். முள்ளைக் கொண்டு முள்ளை எடுப்பது போன்ற திட்டம்" இது என்கின்றான்.

மக்களின் பூதம்பற்றிய மூடப் பழக்கத்தை நீலி என்ற கவிதை மாந்தர் வாயில் வைத்தும் கவிஞர் பேசுகின்றார்:

---

16. இயல் - 49 : 7 - பக். 87
17. இயல் - 56 : 8 - பக். 101
18. இயல் - 56 : 9 - பக். 101

முன்வந்த பூதத்தை நரிவி டுத்தான்
முதற்பூதம் நடுநடுங்கிச் சாகுமாறு
பின்வந்த பூதத்தை இளைய அன்னம்
பெற்றெடுத்தாள் என்றுரைத்துச் சிரித்தாள் நீலி!
என்னபொருள் இதற்கென்று நீலன் கேட்டான்
இதன்பொருள்தான் மடமைமேல் வெற்றி என்றாள்"[19]

மக்களின் இந்த மடமையைப் பயன்படுத்திக் கொண்டுதான் சிலர் ஏய்த்துப் பிழைக்கின்றனர் என்ற கருத்தைக் கவிஞர் இந்தக் காவியத்தில் தோலுரித்துக் காட்டுகின்றார். மக்களிடம் உற்று உணரும் அறிவும் சிந்திக்கும் ஆற்றலும் இல்லாமையால் அதனை நாம் விலாமுறிய, வயிறு குலுங்கச் சிரிக்க வைக்கும் போக்கில் கவிஞர் நமக்குக் காட்டுவார். நரிக்கண்ணன் விடுத்த பூதத்தைத் தெருவில் பார்த்ததாக ஒருவன் கூறக் கேட்டதும் வேறொருவன் ஓடும் ஓட்டத்தைக் கவிஞர்,

காலிருந்தும் போதாமல் இறக்கை வேண்டிக்
கடிதாக ஓடினான் ஐயோ என்றே![20]

என்று சொல்லிச் சிரிக்கின்றார். இன்னும் சிலர்,

கவணோடும் கல்லைப்போல் விரைந்தா ரேனும்
எவ்விடத்தில் போவதென்றும் கருத வில்லை
கவலைஎரு துகள்போல மக்கள் யாரும்
கால்கடுக்க நகர்சுற்றிச் சுற்றி வந்தார்[21]

என்று கூறி மக்களின் மூடநம்பிக்கையின் கொடுமுடியைக் காட்டுகின்றார்.

பொருளாசை: மிதமிஞ்சிய பொருளாசையால் தூண்டப்பெறும் முதலாளித்துவத் தலைவன் திருடர்களை உண்டாக்குகின்றான் என்றும், பொதுவான விரிவான நல்லறத்தில் நாட்டங் கொண்டவன் திருட்டைக் களைவிக்கின்றான் என்றும் திருடர்கள் பேசிக் கொள்வதுபோலக் கவிஞர் ஒரு நிகழ்ச்சியைக் காவியத்தில் ஏற்படுத்தி சமூகவியல் சிந்தனையைத் தூண்ட வைக்கின்றார்.

19. இயல் - 68 : 2 - பக். 128
20. இயல் - 49 : 4 - பக். 86
21. இயல் - 49 : 5 - பக் 86

பொருளாளி திருடர்களை விளைவிக் கின்றான்
பொதுவுடைமை யோன்திருட் டைக் களைவிக்கின்றான்.

'மன்னர் பழம்புலவர் வாணிகர்கட் கெல்லாம்
வரும்பெயரை நமக்காக்கும் முயற்சி'[22]

என்பது அவர்களுடைய பேச்சின் சாரம். இதில் கவிஞர் தம்முடைய பொதுவுடைமைக் கருத்தினை வெளிப்படுத்துவதாகக் கருதலாம்.

நீலன் பேராசையால் ஆட்கொள்ளப்பட்டுப் பாண்டியன் பரிசைத் தேடவும் வேலனைத் தாக்கவும் துணிகின்றான். பல வீரர்களைத் தூண்டிவிட்டு பேழையுடன் வரும் வேலனைத் தாக்குமாறு பணிக்கின்றான். "ஆசை வெட்க மறியாது" என்பதற்கு இவன் செயல் தக்கதோர் எடுத்துக்காட்டாக அமைகின்றது. இவன் ஏவிவிட்ட ஆட்களின் செயல்கள் நகைப்பிற்கிடமாகுமாறு கவிஞர் படைத்துக் காட்டுவார். எதிர்பார்த்துக்கொண்டிருக்கும் வேலன் பேழையுடன் வருவதற்கு முன்னமே நீலனுடைய ஆட்கள் அறிவுக்கேடர்களாக இயங்குகின்றனர்.

ஒருவன் சுவரைப் போய்ப் பார்க்குமாறு கூறுவான்; பேழையைத் தோளின்மேல் வைத்தபடி நிற்கின்றான். அவனைத் தடுத்திடுமாறு மற்றொருவன் கூற, பின் ஒருவன் அத்தி மரத்தை வாளால் குத்தி நைவான். ஆளா, மரமா ? என்று கூட அவனால் இனம் கண்டு கொள்ளமுடியவில்லை. பண்டைக் காலத்தில் அண்ணல் யானை அணிதேர்ப் புரவி ஆட்பெரும் படையொடு தங்க நிழல் கொடுக்கும் ஆலமரத்தின் அடியில் நின்ற கழுதையைத் தொட்டு அதனால் உதைபட்டுக் கீழே வீழ்ந்தான் ஒருவன். வேலமரத்தை ஆள் என்று மயங்கி நெருங்கியதால் முட்கள் வெடுக்கென்று தைக்க நடுங்கிப்போனான் ஒருவன். காலடி ஓசை எழுப்பாமல் பூனைபோல் நடந்து கற்றூணை மற்போருக்கு அழைக்கலானான் மற்றொருவன். இவ்வளவும் நிலவுகாயும் இரவில் நடைபெற்றன. இருள் சூழ்ந்திருக்கும் இரவில் அம்மறவர்கள் என்ன செய்வார்களோ என்று கவிஞர் வினவும்போது நமக்குச் சிரிப்பை அடக்க முடியாது போகின்றது.

22. இயல் - 17 : 2, 3 - பக். 32

எல்லாம் பேழையாசைதான்.

சமூக ஒற்றுமை: மக்களிடம் ஒற்றுமை இல்லாமை கண்டு கவலைப் படுகின்றார் கவிஞர். "யாதும் ஊரே யாவரும் கேளிர்" என்ற கணியன் பூங்குன்றனாரின் பொன்மொழியினை உளங்கொண்டு அக்கவிதையைக் காப்பியத் தலைவியான அன்னத்தின் வாய்மொழியாக வெளியிடுவார்; பன்றிக் குட்டிகள் தாய்ப்பால் அருந்தும் பான்மையை எடுத்துக்காட்டாகக் கொண்டு விளக்கும் பாங்கில்,

> கரந்தபால் இருந்தருந்தி பரந்து லாவும்
> நெடும்பன்றிக் குட்டிகள்போல் மக்கள் யாரும்
> நிறையன்பால் உடன்பிறந்தார் என்று ணர்த்தக்
> கிடந்துதவம் புரிகின்ற உலகில் இந்நாள்
> "கேடிழைக்கும் உற" வெனுஞ்சொல் கேட்ப தேயோ?[23]

என்று கூறுவார். விலங்கினத்தின் ஒற்றுமைப் பண்பை மானிட இனம் ஏற்றல் நன்றெனக் காட்டுகின்றார்.

---

23. இயல் - 22 : 2 - பக். 42

பின்னிணைப்பு - 1

பயன்பட்ட நூல்கள்

(அ) முதன்மை நூல்கள்

1 பாரதிதாசன் : பாரதிதாசன் கவிதைத் தொகுதி - முதல் பாகம்: எதிர்பாராத முத்தம். தமிழச்சியின் கத்தி, குறிஞ்சித் திட்டு, பாண்டியன் பரிசு

(ஆ) துணை நூல்கள்

(i) தமிழ் நூல்கள்

1 இராமலிங்க அடிகள் : திருவருட்பா (இராமலிங்கர் பணிமன்றம்)

2 கமலக்கண்ணன் : உலகப் பெருங்கவிஞர் கம்பர் (மணிவாசகர் பதிப்பகம்)

3 கம்பர் : கம்பராமாயணம் - பாலகாண்டம், கம்பராமாயணம் - ஆரணிய காண்டம் (வை.மு.கோ. பதிப்பு)

4 குமரகுருபரர் : நால்வர் நான்மணிமாலை

5 சுப்புரெட்டியார், ந. : பாஞ்சாலி சபதம் - ஒரு நோக்கு (சர்வோதயா வெளியீடு)

6 செல்வ கேசவ முதலியார் : வசனநடை (செந்தமிழ் - தொகுதி-6)

7 சேக்கிழார் : பெரிய புராணம்

8 திருமூலர் : திருமந்திரம்

9 தொல்காப்பியர் : தொல்காப்பியம் பொருளதிகாரம் - இளம்பூரணம் (கழக வெளியீடு)

10 பாரதியார் : பாரதியார் கவிதைகள் (எஸ்.ஆர். சுப்பிரமணிய பிள்ளை பதிப்பு. சென்னை - 600 001)

(ii) ஆங்கில நூல்கள்

Burton, N. : The Criticism of Poetry (Longmans and Green Company)

பின்னிணைப்பு - 2

பொருள் அடைவு

(எண், பக்க எண்)

அ

அச்சடித்த பதுமைகள் - 14

அமுதவல்லி - 10, 13, 14

அம்புயம் - 26, 27

அரசமாதேவி - 3, 28, 132

அரசன் - 28, 132

அறிவழகன் - 26, 28

அன்னம் - 1, 29-38, 40-51, 53, 54, 61, 63, 64, 66-71, 73, 76-82, 86-95, 102-104, 110, 112-120, 123-125, 128-135, 141-143, 148

அன்னத்தின் நிலை - 40

அன்னத்தின் மனவுறுதி - 45

ஆ

ஆங்கிலேயன் - 10

ஆசுகவி - 11

ஆஞ்சனேயர் - 8

ஆண்டாள் - 116

ஆத்தாள் - 29-32, 34, 36, 37, 40, 42, 43, 45, 48, 65-72, 76, 78-81, 97, 112, 115, 123, 129, 131, 132, 135

ஆத்தாள் கிழவி - 43, 65, 67, 110, 113, 115

ஆரியர்கள் - 19

ஆளி - 3, 82, 97

இ

இயக்கநிலைப் படிமங்கள் - 131-135

இரஞ்சித் சிங்கு - 22, 24

இராமன் - 49

இராமாயணக் காலட்சேபம் - 8

இலத்தீன் மொழி - 106

இளங்கோவடிகள் - 108

உ

உதாரன் - 11, 12, 13

உவமை - 116

எ

"எட்டாப்பழம்" - 44

எட்டி - 97, 132

எதிர்மறை இலக்கணை - 105

எதிர்மறை உத்தி - 105

ஐ

ஐந்து முத்தங்கள் - 20

ஒ

ஒட்ட உணர்வுத் துலங்கல் - 127

ஒத்துணர்வுத் துலங்கல் - 127

க

கட்டுண்ட படிமங்கள் - 127

கட்புலப் படிமங்கள் - 126, 127

கணக்காயன் - 30, 37, 43, 97, 112

கணக்காயர் சீனி - 94, 112

பின்னிணைப்பு - 2 ▼ 151

கணியன் பூங்குன்றனார் - 148
கண்ணுக்கினியாள் - 55-57, 65, 83-85
கதிரை வேலன் - 29, 82
கதிரைவேல் - 4
கதிரைவேல் மன்னன் - 45
கதிர்நாட்டின் ஆட்சி - 45
கதிர்நாட்டின் உரிமைப் பட்டயம் - 29
கதிர்நாடு பட்டயம் - 4
கதிர்நாட்டின் மணிமுடி - 42
கலவை நிலைப் படிமங்கள் - 133
கற்பனைக் கதை - 1
கன்னிமாடம் - 13

கா
காவியப் பண்பு - 140

கு
குடியரசுக் காலம் - 1
குப்பன் - 8, 71
குப்பு - 23
குமரகுருபரர் - 20
குமரிநாடு - 25
குறியீடுகள் - 127
குறைவில்லாக் குறிஞ்சி - 26
குற்றப்பத்திரிகை - 3

கொ
கொடு நாட்டு மன்னன் - 60

ச
சங்கப் பாடல்கள் - 140
சங்க கால வீரம் - 83

சஞ்சீவிபர்வதம் - 8
சமூக ஒற்றுமை - 148

சா
சாதி ஒழிப்பு முறை - 142
சாத்தனார் - 108

சி
சித்திர கவி - 11
சிலப்பதிகாரம் - 107
சில்லி - 28
சில்லிழுக்கன் - 27
சிவசம்பந்தர் - 27
சிவானந்தர் - 27

சீ
சீனி - 33, 50, 112

சு
சுதரிசன் சிங்கு - 22, 24
சுப்பம்மா - 22-25
சுவைப்புலப் படிமங்கள் - 129, 130

செ
செங்கான் - 23, 24
செய்யாறு - 33, 47, 135
செல்வகேசவராய முதலியார்.தி - 106
செழியன் - 28
செவிப்புலப் படிமங்கள் - 128, 129

சே
சேந்தன் - 26

சொ
சொல்லாட்சித் திறன் - 120

சோ
சோமசுந்தரப் பெருமான் - 114

த
தங்கவேல் - 28
தந்திரப் பேச்சு - 90
தம்பிரான் - 28

தி
திண்ணன் - 27
திம்மன் - 22-24
திருத்தொண்டர் புராணம் - 70
திருநீலகண்ட நாயனார் - 70
திருமாலடியார் - 26
திரையன் - 26, 28
திரைய மன்னன் - 26
தில்லி, பாதுஷா - 22

து
துயரக் காப்பியம் - 28
துறக்க இழப்பு - 107
துறவியார் - 35, 76, 104

தூ
தூண்டல்கள் - 137
தூண்டல் - துலங்கல் - 136

தெ
தெய்விகக் கூறுகள் - 97

தே
தேசிங்கு - 22

தொ
தொடர் உவமைகள் - 117
தொடுபுலப் படிமங்கள் - 126, 130
தொல்காப்பியம் - 108
தொல்காப்பியர் - 108
தொழுநோயாளி - 11

ந
நரிக்கண்ணன் - 2, 3, 5, 6, 33-36, 40-43, 45-50, 55-64, 68, 70, 72, 77-81, 84-89, 91-95, 97, 99, 101-104, 110, 112, 115, 119, 120, 123, 124, 129 131-33, 136, 141-146
நன்னூலாசிரியர் - 139

நா
"நாடகத் தனிமொழி" - 54
நாற்றப் புலப் படிமங்கள் - 126, 134
நாளமிலாச் சுரப்பிகள் - 137

நீ
நீலன் - 33-38, 69, 88-93, 95, 102-104, 119, 120, 124, 130, 134
நீலி - 32-69, 76, 88, 90-92, 102, 103, 117, 119, 120, 124, 128, 129, 130, 134, 135, 145

நு
நுணுக்கம் அறியா சணப்பன் - 17

நெ
நெடுமுடியான் - 60

நொ
"நொண்டிச் சிந்து" - 108
நொப்புலப் படிமங்கள் - 126, 130, 131

ப

படிமக் கொத்துகள் - 127
பட்டினத்தடிகள் - 37, 54
பண்டாரம் - 17
பர்ட்டன் - 126
பவணந்தி முனிவர் - 139
பழமொழிகள் - 123
பறைக்கண்ணன் - 60

பா

பாக்கள் - 107
பாஞ்சாலி சபதம் - 7, 108
பாட்டுநுபவம் - 127
பாட்டின்பம் - 136
பார்வையற்ற குருடன் - 11
பாவினங்கள் - 107
பாவேந்தர் - 8

பு

புதுச்சேரி - 22
புல்லூர்ச் சிறுகுடிசை - 41
புவியாட்சி - 16
புறநானூற்று மறக்குலப்
    பெண்டிர் - 84
புனல்தரு புணர்ச்சி - 34

பூ

பூங்கோதை - 16-18, 20, 21
பூதச்சதி - 5
பூதச் சூழ்ச்சி - 5, 6
பூதச் செய்தி - 33
பூதத்தின் இரகசியம் - 36
பூதத் திட்டம் - 5
"பூதப் பிணங்கள்" - 36
பூதப் பின்னல் - 64
பூத வரலாறு - 35

பெ

பெருமூளை - 137
"பெரு வீடு" - 192

பே

"பேச்சு நடை" - 106

பொ

பொய்மூட்டைகள் - 30
பொருளாசை - 146
பொன்முடி - 16-22

போ

போப் ஜி.யு - 138

ம

மடத்தலைவர் - 26
மணற்கிழங்கு - 17
மணிமேகலை - 108
மணிமொழிப் படிவங்கள் - 135
மணிவாசகப் பெருமான் - 117
மதுரகவி - 11
மரபுநிலைப் படிமங்கள் - 127
மல்லிகை - 26
மறைநாய்க்கன் - 16
மன்னி - 27

மா
மாங்காய்ச் சுரப்பிகள் - 137
மாழை - 95
மானநாய்க்கன் - 16

மு
முடியாட்சியின் குறைகள் - 140
முத்தாண்டான் - 4
முத்து வாணிகர் - 19
முருகி - 23
முருகுணர்வு - 127
முருகியல் நிலை - 126

மூ
மூடநம்பிக்கைகளை அகற்றுதல் - 144
மூடப்பழக்கம் - 145
மூதின் முல்லை - 84

மே
மேற்பூத்தண்டு - 137

யா
யாக்கை நிலையாமை - 54

வ
வஞ்சகப் பேச்சு - 90
வஞ்சி - 8
வடமொழி வாணர்கள் - 140
வடிவப் படிமங்கள் - 126
வண்ணப் படிமங்கள் - 126
வளவனூர் - 22
வள்ளல் பெருமான் - 138

வி
வித்தார கவி - 11
விநோதை - 26-28

வீ
வீரப்பன் - 29-32, 34, 35, 49, 63, 65, 68-73, 75-77, 119, 124, 132, 145

வே
வேலன் - 6, 31, 32, 34-38, 42-45, 48, 54, 66, 69, 73, 76, 82, 93-95, 102, 103, 111, 112, 125, 132, 135, 141, 147
வேலன் நினைவு - 44
வேலன்-அன்னம் திருமணவிழா - 38
வேழ மன்னன் - 1, 2, 4, 30-32, 35-38, 42, 48, 60, 65, 68, 72, 77, 80, 82, 94
வேழவேந்தன் - 55

பேராசிரியர் டாக்டர் ந. சுப்பு ரெட்டியாரின் நூல்கள்

ஆசிரியம், உளவியல்

1. தமிழ் பயிற்றும் முறை
2. கவிதை பயிற்றும் முறை
3. அறிவியல் பயிற்றும் முறை
4. கல்வி உளவியல் கோட்பாடுகள்
5. யுனெஸ்கோ: அறிவியல் பயிற்றும் மூல முதல் நூல்

இலக்கியம்

6. கவிஞன் உள்ளம்
7. காலமும் கவிஞர்களும்
8. காதல் ஓவியங்கள்
9. அறிவுக்கு விருந்து
10. முத்தொள்ளாயிர விளக்கம் (பதிப்பு)
11. பரணிப் பொழிவுகள்
12. அறிவியல் தமிழ்
13. திருக்குறள் கருத்தரங்கு மலர் - 1974 (பதிப்பு)
14. கம்பனில் மக்கள் குரல்
15. காந்தியடிகளின் நெஞ்சுவிடு தூது (பதிப்பு)
16. திருவேங்கடமும் தமிழ் இலக்கியமும்
17. தமிழ் இலக்கியத்தில் அறம், நீதி, முறைமை
18. புதுவை(மை)க் கவிஞர் சுப்பிரமணிய பாரதியார் - ஒரு கண்ணோட்டம்
19. பண்பாட்டு நோக்கில் கம்பன் காவியம்
20. அறிவியல் நோக்கில் - இலக்கியம், சமயம், தத்துவம்
21. இலக்கிய வகையின் வளர்ச்சியும், இக்கால இலக்கியமும்
22. பாவேந்தர் பாரதிதாசன் - ஒரு கண்ணோட்டம்
23. திருக்குறள் தெளிவு
24. வாய்மொழியும் வாசகமும்
25. பல்சுவை விருந்து
26. தந்தை பெரியார் சிந்தனைகள்

சமயம், தத்துவம்

(அ) விளக்க நூல்கள்

27. முத்தி நெறி (த.அ. பரிசு பெற்றது)
28. சில நோக்கில் நாலாயிரம்
29. வைணவமும் தமிழும்
30. சைவசமய விளக்கு
31. ஆன்மிகமும் அறிவியலும்
32. வைணவ உரைவளம் (ஐதிகம், இதிகாசம், சம்வாதம்)
33. கலியன் குரல்
34. கீதைக் குறள் (பதிப்பு)
35. கண்ணன் எழில்காட்டும் கவிதைப் பொழில் (பதிப்பு)
36. ஆண்டாள் பாவையும் அழகு தமிழும் (பதிப்பு)
37. கீதைப் பொழிவுகள்
38. கண்ணன் துதி
39. இராமர் தோத்திரம்
40. முருகன் துதியமுது
41. திருமழிசையாழ்வாரின் பாசுரங்கள் - ஓர் ஆய்வு (பதிப்பு)
42. நவவித சம்பந்தம்
43. அர்த்த பஞ்சகம்
44. திருப்பாவை விளக்கம் - 2 பகுதிகள்
45. ஐந்து இரகசியங்கள்
46. அர்ச்சி ராதி

(ஆ) திருத்தலப் பயண நூல்கள்

47. சைவ சித்தாந்தம் - ஓர் அறிமுகம்
48. சைவமும், தமிழும்
49. மலைநாட்டுத் திருப்பதிகள்
50. தொண்டை நாட்டுத் திருப்பதிகள்
51. பாண்டி நாட்டுத் திருப்பதிகள்
52. வடநாட்டுத் திருப்பதிகள்
53. சோழ நாட்டுத் திருப்பதிகள் - முதல் பகுதி
54. சோழ நாட்டுத் திருப்பதிகள் - இரண்டாம் பகுதி
55. தம்பிரான் தோழர்
56. நாவுக்கரசர்
57. ஞானசம்பந்தர்
58. மாணிக்கவாசகர்
59. தாயுமானவர்

திறனாய்வு

60. கவிதையநுபவம்
61. பாட்டுத்திறன்
62. கம்பன் படைத்த சிறு பாத்திரங்கள்
63. கம்பனில் மக்கள் குரல்
64. அகத்திணைக் கொள்கைகள்
65. புதுக்கவிதை - போக்கும் நோக்கும்
66. கண்ணன் பாட்டுத் திறன்
67. பாஞ்சாலி சபதம் - ஒரு நோக்கு
68. பாரதீயம் (த.அ. பரிசு பெற்றது)
69. குயில் பாட்டு - ஒரு மதிப்பீடு
70. உயிர் தந்த உத்தமன் (பதிப்பு)
71. ஆழ்வார்கள் ஆராஅமுது
72. விட்டு சித்தன் விரித்த தமிழ்
73. பரகாலன் பைந்தமிழ்
74. சடகோபன் செந்தமிழ்
75. தொல்காப்பியம் காட்டும் வாழ்க்கை
76. பாவேந்தரின் பாட்டுத்திறன்
77. பாண்டியன் பரிசு - ஒரு மதிப்பீடு
78. கவிஞர் வாலியின் அவதார புருஷன் - ஒரு மதிப்பீடு
79. கவிஞர் வாலியின் பாண்டவர் பூமி - ஒரு மதிப்பீடு
80. வாழும் கவிஞர்கள்
81. கவிமணியின் தமிழ்ப்பணி - ஒரு மதிப்பீடு

வரலாறு, தன்-வரலாறு

82. நினைவுக் குமிழ்கள் - 1
83. நினைவுக் குமிழ்கள் - 2
84. நினைவுக் குமிழ்கள் - 3
85. நினைவுக் குமிழ்கள் - 4
86. மலரும் நினைவுகள்
87. நீங்காத நினைவுகள்
88. வேமனர்
89. குரஜாட
90. சி.ஆர். ரெட்டி
91. பட்டினத்தடிகள்

92. இராமலிங்க அடிகள்
93. தாயுமானவர்
94. பிரதிவாதி பயங்கரம் அண்ணங்கராசாரிய சுவாமிகள்
95. இராமாநுசர்
96. தமிழ்க்கடல் ராய. சொ.
97. முத்தமிழ்க் காவலர் கி.ஆ.பெ.வி.

அறிவியல்

98. மானிட உடல்
99. அணுவின் ஆக்கம்
100. இளைஞர் வானொலி
101. இளைஞர் தொலைக்காட்சி
102. அதிசய மின்னணு
103. நமது உடல் (த.அ. பரிசு பெற்றது)
104. இராக்கெட்டுகள் (த.அ. பரிசு பெற்றது)
105. அணுக்கரு பௌதிகம் (செ.ப.க. பரிசு பெற்றது)
106. அம்புலிப் பயணம்
107. தொலை உலகச் செலவு
108. இல்லற நெறி
109. வாழையடி வாழை
110. அறிவியல் விருந்து (த.வ.க. பரிசு பெற்றது)
111. தமிழில் அறிவியல் - அன்றும் இன்றும்
112. வானமண்டலக் காட்சி
113. விண்வெளிப் பயணம் (த.அ. பரிசு பெற்றது)

ஆராய்ச்சி

114. கலிங்கத்துப் பரணி ஆராய்ச்சி
115. வைணவச் செல்வம் - 1. (தமிழ்ப் பல்கலைக்கழக வெளியீடு)
116. வைணவச் செல்வம் - 2. (விரைவில் வெளிவரும்)
117. வடவேங்கடமும் திருவேங்கடமும்
118. Religion and Philosophy of Nalayiram with Special Reference to Nammalvar (S.V. University Publication)
119. Studies in Arts and Science (61st Birth Day Commemoration Volume)
120. Collected Papers